பெரியார் பிராமணர்களின் எதிரியா?

சோழ. நாகராஜன்

டிஸ்கவரி பப்ளிகேஷன்ஸ்
எண்: 9, பிளாட் எண்: 1080A, ரோஹிணி பிளாட்ஸ்
முனுசாமி சாலை, கே.கே.நகர் மேற்கு,
சென்னை – 600 078. பேச: 99404 46650

பெரியார் பிராமணர்களின் எதிரியா?

ஆசிரியர்: சோழ.நாகராஜன்©

Periyar Brahmanargalin Ethiriya?

Author: Chola.Nagarajan©

Printed In India

First Edition: June 2022

வெளியீட்டு எண்: 0160
ISBN No : 978-93-94762-15-2

Pages: 118

Rs. 120

Publisher • Sales Rights

Discovery Publications
No. 9, Plot,1080A, Rohini Flats,
Munusamy Salai,
K.K.Nagar West, Chennai - 600 078.
Mobile: +91 99404 46650

Discovery Book Palace (P) Ltd
No. 6, Mahaveer Complex,
Munusamy Salai,
K.K.Nagar West, Chennai-600 078.
Ph: (044) 4855 7525 , 87545 07070

discoverybookpalace@gmail.com
WWW.DISCOVERYBOOKPALACE.COM

இந்த நூலில் பிரசுரமாகியுள்ள எந்த ஒரு பகுதியையும் பதிப்பாளரின் எழுத்துபூர்வமான முன்அனுமதி பெறாமல் எடுத்தாள்வதோ, மறுபிரசுரம் செய்வதோ, மொழியாக்கம் செய்வதோ, அச்சு மற்றும் மின்னணு ஊடகங்களில் மறுபதிப்புச் செய்வதோ, காப்புரிமைச் சட்டப்படி தடை செய்யப்பட்டுள்ளது. இந்த நூலிலிருந்து குறிப்பிட்ட பகுதிகளை மேற்கோள்காட்டி புத்தக விமர்சனம் செய்ய, ஊடகங்களுக்கு மட்டும் அனுமதி உண்டு.

உங்கள் மொபைல் போனிலிருந்து ஸ்கேன் செய்து 'டிஸ்கவரி புக் பேலஸ்' மொபைல் ஆப்பை டவுன்லோடு செய்து, புத்தகங்களை வாங்குங்கள்.

இந்த நூல்

தாய்ப்பாலுடன் பிழையில்லாத் தமிழையும் ஊட்டி வளர்த்தவள்...

உரையாடல்களின்போது எப்போதும் பழமொழிகளையும், சொலவடைகளையும் கொண்டே கருத்துக்களை உணர்த்தியவள்...

வீட்டுக்கு வரும் எந்தப் புத்தகமானாலும் முதலில் வாசித்துவிடும் இயல்பினள்...

எந்தவித நெருக்கடிகளையும் பொறுமையும், நிதானமும், தன்னம்பிக்கையும் துணைகொண்டு கடந்துசெல்லும் குணத்தினள்...

சாதிய மேட்டிமையும், சாதிப்பற்றும் துளியுமின்றி எல்லாரிடத்தும் பிரியம் காட்டிய பேரன்பினள்...

வயோதிகம் காரணமாக நோய்வாய்ப்பட்டு அண்மையில் இயற்கையுடன் கலந்துவிட்ட எங்கள் தாய் விசாலாட்சி அம்மாளின் நினைவுகளுக்கு!

அணிந்துரை

தேவை பிராமணிய எதிர்ப்பே!

பாஜக உள்ளிட்ட ஆர்.எஸ்.எஸ். பரிவாரத்தினர் தந்தை பெரியார்மீது மிகுந்த வன்மத்தை வெளிப்படுத்தி வருகின்றனர். அவரை "ஈ.வெ.ராமசாமி நாயக்கர்" என்றே அழைக்கிறார்கள். நம் ஒவ்வொருவரின் பெயருக்குப் பின்னாலும் ஒட்டிக்கொண்டிருந்த சாதி ஒட்டை எடுக்க வேண்டும் என்று எவர் போராடினாரோ அவரது பெயருக்கே அந்தச் சாதிய ஒட்டினைச் சேர்த்து விளிக்கிறார்கள். இதன் மூலம் பெரியார் மீதான இவர்களின் வெறுப்பு என்பது அவரின் சாதிய எதிர்ப்புப்பணியின் மீதான வெறுப்பே என்பது துல்லியமாகத் தெரிந்துபோகிறது.

பெரியார் மீது சங்கிகள் வைக்கும் ஒரு குற்றச்சாட்டு அவர் ஒரு பிராமண துவேஷி என்பது. அதாவது, அவர் பிராமணர்களை வெறுத்தார் என்பது. இல்லை, அவர் பிராமணியத்தையே வெறுத்தார் என்று சொன்னால் அவர்கள் ஏற்பதில்லை என்பது மட்டுமல்ல, அவை இரண்டும் ஒன்றுதான் என்றும் ஓங்கி அடித்துப் பேசுகிறார்கள். இதன் மூலமாகவும், இவர்களின் பெரியார் வெறுப்பு அவரது பிராமணியம் எனும் வர்ணாசிரம சாதிய எதிர்ப்பு காரணமாகவே எழுந்தது என்பது வெளிப்பட்டுப் போகிறது.

பிராமணியம் என்பது பெரியாரின் கண்டுபிடிப்பல்ல. அது பிராமணியவாதிகளின் படைப்பு. அதுவொரு சமூகக் கட்டமைப்பு. இந்திய பாணி அடிமைச் சமுதாயத்தில் உருவாகி, நிலப்பிரபுத்துவ சமுதாயத்தில் உருமாற்றம் அடைந்து, இந்த முதலாளித்துவ சமுதாயத்திலும் தொடர்வது. அதில் சாதியம், ஆணாதிக்கம், கொடூர மூடநம்பிக்கைகள், சமஸ்கிருத ஆதிக்கம் போன்ற கூறுகள் உள்ளன.

இந்த பிராமணியத்திற்கு எவரும் ஆட்படலாம். பிறப்பால் பிராமணரும் ஆட்படலாம், பிராமணரல்லாதாரும் ஆட்படலாம். இதிலிருந்து எவரும் விடுபடலாம். பிறப்பால் பிராமணரும் விடுபடலாம், பிராமணரல்லாதாரும் விடுபடலாம். அதனால்தான் பிராமணிய எதிர்ப்பு வேறு, பிராமணர் எதிர்ப்பு வேறாக உள்ளது.

இந்த நோக்கிலிருந்து "பெரியார் பிராமணர்களின் எதிரியா?" எனும் கேள்விக்கு விடைகாண முயலுகிறார் அன்புத்தோழர் சோழ.நாகராஜன். இது எளிய நடையில், சுவைபட எழுதப்பட்டுள்ள நூல். அதேநேரத்தில் இதில் பெரியாரின் பேச்சுக்கள், எழுத்துக்கள், செயல்பாடுகள் ஆதாரப்பூர்வமாகத் தரப்பட்டுள்ளன.

இந்தியா முழுக்க பிராமணர்கள் இருக்கிறார்கள். அவர்களில் தமிழ்நாட்டு பிராமணர்களே கொடுத்துவைத்தவர்கள் என்கிறார் இந்நூலாசிரியர். ஏன் தெரியமா? பெரியாரின் இயக்கத்தால் அவரின் பிராமணிய எதிர்ப்பால் இங்குள்ள பிராமணர்களும் பயனடைந்தார்கள். சனாதனத்தின் கோரத் தன்மைகளிலிருந்து விடுபட்டு பால்ய விவாக விபரீதம், விதவைக்கொடுமை, பெண் கல்வி மறுப்பு போன்ற சமூகக் கேடுகளைத் தங்களின் குடும்பங்களிலிருந்து தமிழ்நாட்டு பிராமணர்களும் களைந் தெறிந்தார்கள் என்கிறார். அது உண்மைதானே!

ஆனால், சங்கிகள் இந்த உண்மையை மறைத்து, பெரியார் மீது கடும் வெறுப்பை பிராமணர்கள் மத்தியிலும் விதைத்து வருகிறார்கள். சமூக ஊடகங்களில் அவர்கள் பெரியார் மீது சுமத்தும் இழிச்சொற்களும், பழிச்சொற்களும் சொல்லி மாளாதவை. இப்படிப்பட்ட காலத்தில் இந்த நூல் வருவது மிகவும் வரவேற்கத்தக்கது. தேவையானதும்கூட. பிராமணப் பெற்றோருக்குப் பிறந்தவர்தான் தோழர் சோழ.நாகராஜன். அத்தகையோரும் பிராமணியத்திலிருந்து விடுபட்டு, நியாய சிந்தனையோடு நின்றுகாட்ட முடியும் என்பதைத் தனது வாழ்வியல் நடைமுறைகளின் மூலம் நிரூபித்திருப்பவர் அவர். இந்த நூலின் வாயிலாகவும் அதனை நிறுவியிருக்கிறார். இப்படியாகவும் பிராமணிய எதிர்ப்பு வேறு, பிராமணர் எதிர்ப்பு வேறு என்பதைச் சொல்லாமல் சொல்லியிருக்கிறார்.

இந்த நூலைப் படிக்கும் எவரும் பெரியாரைப் புரிந்து கொள்வார். இன்னும் முழுமையாக அறியத் துடிப்பார். அதுமட்டுமா, சாதிய உயர்வு தாழ்வை உயர்த்திப்பிடிக்கும், அதன்மூலம் எளிய மக்களின் மனங்களில் மதவெறியூட்டும் சனாதன இந்துத்துவ பிராமணிய எதிர்ப்பே இன்றைய தேவை என்பதைப் பெரியார் மூலமாகவே அறிந்து தெளிவார்.

மதுரை
23.03.2022

-பேராசிரியர் அருணன்,
ஒருங்கிணைப்பாளர்,
தமிழக மக்கள் ஒற்றுமை மேடை.

ஆய்வுரை

சாதிச் சேற்றில் சிக்கிக்கிடப்போர் மீள உதவும் நூல்

மிக நீண்ட நாட்களாக எனக்குள் சுழன்றுகொண்டே இருக்கும் ஒரு கேள்விக்கு விடையளிப்பதுபோல் நூல் ஒன்றை எழுதியிருக்கிறார் தோழர் சோழ.நாகராஜன் அவர்கள். அந்த மகிழ்ச்சிக்கு மேலும் சிறப்புச் சேர்க்கும் விதமாக அதே நூலுக்கு அணிந்துரை எழுதும் பணியையும் எனக்குக் கொடுத்ததற்காக தோழர் சோழ.நாகராஜன் அவர்களுக்கு என் நன்றி.

மனிதர்களின் நடவடிக்கைகளில் ஒவ்வொரு செயலும் ஏதோ ஒரு காரணம் அல்லது தேவையை முன்வைத்தோ அல்லது பயன் கருதியோதான் நிகழ்கின்றன. காரணமே தேவைப்படாத செயல் அன்பு செய்வது மட்டுமே. யார் மீதும் எதன் மேலும் எதிர் பார்ப்பின்றி அன்பு கொள்ளும் உள்ளம் அந்த அன்பு மதிக்கப்பட வேண்டும் என்றோ அதற்கு நன்றி காட்டப்பட வேண்டும் என்றோ நினைப்பதில்லை. இன்னமும் ஆழமாகச் சென்றால் அன்பிற்கு பதிலாக அவமதிப்பும் அவதூறும் வெகுமதியாகக் கிடைத்தாலும் அதனால் வெறுப்புக் கொள்ளாது. அன்பே முதிர்ச்சியின் வெளிப்பாடுதான். ஆனால், அன்பிற்கும் ஒரு முதிர்ந்த நிலை உண்டு. அதுதான் அருள். அது அன்பின் குழந்தை எனும் பொருளில் "அருளெனும் அன்பீன் குழவி" என்கிறார் வள்ளுவர். ஈடற்ற அப்பெரும் பண்பு துன்பங்களை வென்று வாழும் ஆற்றலைத் தரும் என்கிறார் புரட்சிக்கவிஞர் பாரதிதாசன் அவர்கள். அந்த ஆற்றல்தான் ஒருவரை நீண்ட காலம் வாழவைத்தது என்றும் அவர் குறிப்பிட்டார். அந்த ஒருவர்தான் தந்தை பெரியார்!

பெரியார் செத்துக் கொண்டிருந்தார். தமிழர் அழுது கொண்டிருந்தார்கள். ஆனால் பெரியாரின் உடம்பை விட்டுப் பிரிந்துபோக மூட்டை முடிச்சுகளுடன் காத்திருந்த உயிரைப் போகாதே என்று பிடித்து இழுத்து வைத்துக் கொண்டிருந்தவை இரண்டு. ஒன்று அவரின் பெருந்தொண்டு. மக்கள்மீது அவர் வைத்திருந்த அருள் மற்றொன்று.

தந்தைபெரியாரைஅவரதுபண்புகளின்உருவகமாகப்படைத்த மற்றொரு கவிதையிலும் அவரை "அருட் பெருக்கு" என்று குறிப்பிடுகிறார் பாவேந்தர்.

ஆனால் பெரியார் என்ற பெயரைக் கேட்ட நொடியில் நம் நினைவில் தோன்றும் பிம்பமோ ஒரு எரிமலையின் சீற்ற மாகத்தான் இருக்கிறது. அதுவே நம் மனப்பதிவு எனில் அது உண்மையில்லையா என்ற கேள்வி எழும். அந்த எரிமலைத் தோற்றம் உண்மையானது, அதேபோல் அவரது அருள் நிறைந்த உள்ளமும் உண்மையிலும் உண்மையானது. ஏன் இந்த இரட்டைத் தோற்றம்? தேவைக்காகத்தான்!

சுரண்டுகின்ற வடக்கருக்கு
சூள் அறுக்கும் பனங்கருக்கு!
மருண்டு வாழும் தமிழருக்கு
வாழவைக்கும் அருட்பெருக்கு!
அவர்தாம் பெரியார் – பார்
அவர்தாம் பெரியார்!

– என்று புதிரை விடுவித்து விட்டார் புரட்சிக்கவிஞர்.

இப்படி ஓர் அருள் உள்ளம் கொண்ட தந்தை பெரியார் ஒரு சமூகத்தை அதாவது பார்ப்பன சமூகத்தை வெறுத்தவர், அச்சமூகத்தை ஒழிக்க நினைத்தவர், தனது எதிரியாகக் கருதியவர் என்று அடுக்கடுக்காகக் குற்றச்சாட்டுகள் கூறப் படுவது இன்றும் தொடர்கிறது. அதை அப்படியே நம்பும் மக்களும் இருக்கிறார்கள். இந்தப் பிரச்சாரத்தில் உண்மை இல்லை என்றும் இது நியாயமான விமர்சனமல்ல என்றும் சான்றுகளுடன் நாம் நிறுவினாலும் அந்தப் பொய்ப் பிரச்சாரம் தொடர்ந்துதிட்டமிட்டுநடத்தப்படுகிறது. அதைநடத்துபவர்கள் பார்ப்பனர்களே. பரப்புகிறவர்களில் பல தரப்பினர் உண்டு.

பெரியாரை இப்படி பார்ப்பன வெறுப்பாளராகக் கட்டமைப் பதின் நோக்கம் என்ன? அதிசும் தேட வேண்டியதில்லை. அது வெளிப்படையான ஒன்றுதான். இப்போதும் தாங்கள் பிறப்பினால் உயர்ந்தவர்கள் என்று நிறுவ முயற்சி செய்யும் பார்ப்பனர்களும் அவர்களது கருத்தை ஏற்பதன் மூலம் தங்கள் சாதி ஆதிக்கத்தை பாதுகாக்க நினைக்கும் பார்ப்பனர் அல்லாத மக்கள் சிலரும் இந்தப் பொய்ப் பிரச்சாரத்தை விடாமல் செய்கிறார்கள். அதனை நியாயப்படுத்த பெரியார் மீது ஆதாரமில்லாத குற்றச்சாட்டுகளை இடைவிடாமல் பரப்பிக்கொண்டே இருக்கிறார்கள்.

தந்தை பெரியாரைப் பற்றிய உண்மைகளை உலகமே அறிந்திருந்தாலும் அனைத்து ஊடகங்களிலும் தந்தை பெரியார்மீது இரண்டு வகையான தாக்குதல் தொடர்ந்து நடைபெறுகிறது. ஒன்று அவரது கருத்துகளை வெளியிடாமல் இருட்டடிப்பு செய்வது, அடுத்து அதனை திரித்தும், வெட்டியும் ஒட்டியும் தவறான பொருள் வரும்படியாகச் சிதைத்து வெளியிடுவது. மற்றொன்று எதற்கும் துணிந்த பொய்ப்பிரச்சாரம். பெரியார் பேசாத ஒன்றை அவர் பேசியதாகக்கூறி, அதைப் பழைய செய்தித்தாள் வடிவத்தில் தேதியுடன் அச்சிட்டுப் பரப்புவது. இத்தகைய பொய்ப் பரப் புரைகளை நேர்மையும் அறிவும் அறமும் கொண்ட மனிதர்கள் புறந்தள்ளி விடுவார்கள். ஆனால், சமூக அரசியல் நிகழ்வுகளில் சரியான தெளிவும் புரிதலும் இல்லாத மக்களை இத்தகைய பொய்யுரைகள் கொஞ்சமேனும் பாதிக்கவே செய்யும். எனவே அதனை மறுத்துரைக்க வேண்டிய பொறுப்பு அறிவு நாணயம் உடைய சிந்தனையாளர் ஒவ்வொருவரது கடமையுமாகும். ஆனால், அரிதினும் அரிதான நியாய உணர்ச்சி கொண்ட சிலர் மட்டுமே துணிந்து உண்மையை எடுத்துச் சொல்ல முன்வருவார்கள். அப்படிப்பட்ட நியாய உணர்ச்சியால் உந்தப்பட்டு தோழர் சோழ.நாகராஜன் படைத்த நூல்தான் “பெரியார் பிராமணர்களின் எதிரியா?” என்ற இந்த நூல்.

தன் மனதிற்குள் ஒரு துளியளவும் சாதிப் பாசமும் பெருமையும் எழாமல் தவிர்த்துவிட்டு தந்தை பெரியாரைப் பற்றி விருப்பு வெறுப்பின்றி ஆராய்ந்து பார்ப்பதற்கு ஒரு பக்குவப்பட்ட சிந்தனையும் தத்துவத் தெளிவும் வேண்டும். அந்தத் தெளிவோடும் நிதானத்தோடும் தந்தை பெரியாரின் உள்ளத்தை அவரது எழுத்து, பேச்சு, வாழ்க்கை நிகழ்வுகள் என தேடித்தேடி அம்சிறைத்தும்பிபோலச் சேகரித்து நம் கைகளில் சேர்த்துள்ளார் தோழர் சோழ.நாகராஜன். நூலைப்பற்றிக் கூறுவதற்குமுன், உண்மைகளைத் தேடி அவற்றை உணர்ச்சியுடன் எழுத்தில் வடித்ததற்காக எழுத்தாளர் சோழ.நாகராஜன் அவர்களுக்கு என் பாராட்டும் நன்றியும்.

தோழர் சோழ.நாகராஜன் மார்க்சிய சித்தாந்தப் பார்வையுடன் தந்தை பெரியாரை அணுகுகிறார். வரலாற்றில் புதைந்து கிடக்கும் காலங்களின் வழியே சிந்துசமவெளி நாகரீகத்தை ஆரியர் கைப்பற்றிய காட்சியை வரலாற்றாசான் ராகுல சாங்கிருத் தியாயனின் பார்வையில் சொல்கிறார். வேதகாலம் முதலே

கலகக்குரலும் தொடங்கியது பற்றியும் சித்தர்களின் பாடல்களில் ஓங்கி ஒலித்த சாதிக்கெதிரான கருத்துகளைப் பற்றியும் ஒரு பருந்துப் பார்வையில் படம்பிடித்துக் கொண்டு வந்து இரையைக் கண்டதும் சரேலென்று களத்தில் இறங்கும் பருந்தைப்போல இறங்கி பகவத்கீதையோடு மனுதருமத்தையும் எடுத்துப்போடுகிறார். இதோ இவைதான் இந்த கரடுதட்டிப்போன ஆணாதிக்க சாதி அமைப்பின் சட்டநூல்கள் என்று வர்ணாசிரம சாதியின் நச்சு வேரை அடையாளம் காட்டுகிறார்.

சோழ.நாகராஜனின் இந்நூல் மூன்று பிரிவுகளாக அமைக் கப்பட்டுள்ளது. பெரியாருக்கு முன், பெரியாரின் காலம், பெரியருக்குப் பின் – பெரியாரைத் துணைக்கோடல் என மூன்று இயல்கள். முதல் பகுதியில் வேதங்களையும் அவை உருவாக்கிய பேதங்களையும் மறுத்து எழுந்த புத்தரின் கேள்விகள், புத்தரின் சமூக சமத்துவக் கொள்கையை முறியடிப் பதற்காக உருவாக்கப்பட்ட ஸ்மிருதிகள் பற்றிய செய்திகளும் சொல்லப்பட்டுள்ளன.

ஸ்மிருதிகளைச் சட்டப்புத்தகங்கள் என்று கூறுவது அவற்றின் உண்மைத் தன்மையை மறைக்கிறது. உண்மையில் பார்ப்பனர்களின் பிறப்பின் அடிப்படையிலான உயர்நிலையையும், சிறப்புரிமைகளையும் வலியுறுத்திக்கூறும் புத்தகங்களே ஸ்மிருதிகள் என்ற டாக்டர் பாபா சாகேப் அம்பேத்கர் அவர்களின் ஆதாரத்தையும் மிகச் சரியாக எடுத்துக்காட்டுகிறார்.

மனுதர்மத்தின் ஆபத்தான நோக்கத்தை எத்தனை முறை எடுத்துக்கூறினாலும் நம்பாதவர்கள் இருக்கிறார்கள். அவர்கள் புரிந்து கொள்வதற்காக சில சுலோகங்களை மனுநீதியில் இருந்து எடுத்துக் காட்டுகிறார் சோழ.நாகராஜன். கீதை விதைத்த சதுர்வர்ண சாதியமைப்பு, வர்ண பேதமே வர்க்க பேதமான வரலாறு அதனை எதிர்த்த கபிலர், சார்வாகர், மகாவீரர் முதல், **ஒரு குலத்துக்கு ஒரு நீதி சொல்வது சாத்திரமன்று அது சதியென்று கண்டோம்** – என்ற பாரதியின் கூற்று வரை ஆய்வுக்கு உட்படுத்துகிறார்.

யாருடைய நன்மைக்காக இந்த வர்ண சாதி அமைப்பு நிலைநிறுத்தப்பட்டதோ அவர்களே அதன் பயனாளிகள், காப்பாளர்கள். எனவே சாதி அமைப்பை எதிர்ப்பதற்கு அதன் தலைமைப் பீடத்திலிருக்கும் பார்ப்பனர்களை எதிர்க்க வேண்டியது பெரியாருக்கு அவசியமாகிறது என்ற தருக்கவியல்

முடிவினை (*Logical conclusion*) உரிய சான்றுகளோடு சொல்லி முதல் இயலை நிறைவு செய்கிறார். ஒரு ஆழமான பின்புலத்தில் காலந்தோறும் ஒலித்த மரபார்ந்த உரிமைக்குரலின் தொடர்ச்சியே தந்தை பெரியாரின் போராட்டம் என்ற முத்தாய்ப்புடன் இரண்டாம் இயலுக்குள் நுழைகிறார் சோழ.நாகராஜன்.

இரண்டாம் இயல்தான் நூலாசிரியரின் நேரடி கருத்துப்பதிவு. அதன் முதல் அத்தியாயமே ஒரு பிரகடனத்துடன் தொடங்குகிறது. இந்து மதம், வைதீக இந்து மதம் என்றெல்லாம் சொல்லப்படுவது பிராமண மதம்தான். அது சாதிய ஏற்றத்தாழ்வை ஏற்படுத்தி அதனைக் கட்டிக்காக்க ஏற்பட்டதுதான்!” என்ற அறிவிப்புடன் அதன் ஏணிப்படி அமைப்பைத் தகர்க்கவேண்டும் என்ற பெரியாரின் நோக்கம் மிகவும் நியாயமானது என்று நிறுவுகிறார். அநீதியான ஏற்றத்தாழ்வு நிலைபெற்றுவிட்ட ஒரு சமூக அமைப்பைச் சமன் செய்தால், கீழ்நிலையில் இருப்பவர்கள் உயர்வது மட்டுமல்ல மேலே இருப்பவர்களும் சமத்தளத்திற்கு இறங்கி வந்துதான் ஆகவேண்டும். அவர்களை அப்படி சமநிலைக்கு வாருங்கள் என்று அழைத்ததும் வலியுறுத்தியதும், அதற்காகப் போராடியதும் அவர்கள் மீது கொண்ட தனிப்பட்ட வெறுப்பால் அல்ல. மனிதகுலத்தின் மீது பெரியார் கொண்ட பற்றே அதற்குக் காரணம் என்று கூறுவதோடு, பிராமணியத்தை வெறுத்து, அதனுடன் கடும் சமர் புரிந்த அவர் பிராமணர்கள் என்பாருக்குள்ளும் மனிதர்களைத் தேடியிருக்கிறார் என்பதே உண்மை. பெரியாரின் வாழ்வே அதற்குச் சாட்சியம் உரைக்கிறது என்றும், இன்று பாசிசத்தின் வெறியூட்டப்படும் இந்திய மக்களும் தெரிந்து கொள்ள வேண்டிய வரலாறு இது என்றும் அழுத்தமாக கூறுகிறார் சோழ. நாகராஜன்.

இரண்டாம் இயல் ஒரு நீதிமன்ற விசாரணைபோல் அமைந்துள்ளது. கேள்வியும் விடையுமாக பெரியார் மீது சொல்லப்படும் குற்றச்சாட்டுகளை ஒவ்வொன்றாக விசாரணைக்கு உட்படுத்துகிறார் சோழ.நாகராஜன். சாட்சி யார்? பெரியார்தான். அவரது தரப்புக்கு ஆதாரமான ஆவணங்கள் எவை? பெரியாரின் எழுத்துக்களே! நீங்கள் பிராமண துவேஷியா என்று கேட்டால் பெரியார் கூறும் பதில் என்ன? “ஆம் என்போம் பயமென்ன? இது எத்தகைய துணிவு! அதற்குப் பெரியார் கொடுக்கும் விளக்கம் என்ன? ஒன்றா இரண்டா? அடுக்கடுக்காக ஆவணங்களை எடுத்துக் காட்டிக்கொண்டே இருக்கிறார். தந்தை பெரியாரின் கேள்விகள் ஆழமானவையும்

கூர்மையானவையும் மட்டுமல்ல, மிக நியாயமானவை. எனவேதான் அந்தக் கேள்விகளை எதிர்கொள்ள முடியாத அவரது எதிரிகள் பெரியாருக்கு உள்நோக்கம் கற்பித்தார்கள். அவர் வெறுப்பை வளர்க்கிறார் என்று பழிசொல்லி தங்கள் கயமைத்தனத்தை மறைத்துக்கொள்ளப் பார்த்தார்கள். அவர்களைப் பார்த்து நேரடியாக சோழ.நாகராஜன் கேட்கிறார்:

பெரியார் மிகத்தெளிவாகச் சொல்லிவிட்டார். தேசபக்தியின் பெயராலும், இந்துமதத்தின் பெயராலும் இங்கே மோசடிகள் நடக்கின்றன என்பதே அவரது வாதம். அதை ஒப்புக்கொள்ள வேண்டும் அல்லது தகுந்த ஆதாரங்களோடு மறுக்க வேண்டும். அதனை விடுத்து இதனைத் துவேஷம் என்பது முறையா?

இந்த முடிவிற்கு வருவதற்கு அவர் முன்வைக்கும் பெரியாரின் சான்றுரை இது:

வடநாட்டான் தேசபக்தியைச் சொல்லி வாணிபத்தில் சுரண்டுகிறான். பார்ப்பான் இந்து மதத்தின் பேரால், முன்னோர்கள் பேரால் நமது அறிவையும், ஆற்றலையும், செல்வத்தையும் மங்கச் செய்துவிட்டான். இதைத்தான் கூறுகிறோம், பல உதாரணங்களுடன் புள்ளி விவரங்களுடன் சரித்திர ஆதாரங்களுடன்! நம்மைப் பார்ப்பன துவேஷி என்கிறார்கள். வடநாட்டுத் துவேஷி என்கிறார்கள். ஆனால், நாம் வெட்கப்படவில்லை. ஆம் என்கிறோம்!

அதற்கும் மேல் தந்தை பெரியாரின் சினம் கொப்பளிக்கும் சொற்பெருக்கை அப்படியே எடுத்துக் காட்டி அந்தக் கோபம் நியாயமானதுதானே என்று கேட்கும் சோழ.நாகராஜனின் அடுத்த கேள்வி, எல்லோருக்கும் வரவேண்டிய கோபம் தானே அது? என்பதுதான். இந்தக் கேள்வி அவருக்குள் எழுந்த அந்தத் தருணம்தான் இந்த நூலுக்கான விதை விழுந்த நேரமாக இருந்திருக்கும்.

தேங்கிப்போன மனதில் அதிர்வுகளை உண்டாக்குவது பெரியாரின் அறமுழக்கம். "வேற்றுமையில்லாத மனித சமுதாயம் வேண்டும் என்பதுதான் நமது குறிக்கோளே ஒழிய வேற்றுமை பாராட்டி யாரையேனும் ஒதுக்கி வைக்கவேண்டும் என்பதல்ல என்ற தன்னிலை விளக்கத்தையும், அவரது உறுதியான உள்ளத்தையும் சோழ.நாகராஜன் தேடித்தேடிச் சேகரித்துள்ளார். இந்தப் பகுதியில் பெரியாரின் இன்னொரு

முதன்மையான கருத்தையும் சுட்டிக்காட்டியிருக்கிறார். என்னைச் சில பார்ப்பனர்கள் வெறுத்து ஏசுகிறார்கள். ஆனால் ஒன்று. சிறுவயதிலேயே கணவனை இழந்தவள் என்பதால் மொட்டை அடிக்கப்பட்டு முக்காடு போடப்பட்டு அமங்கலி என வீட்டிற்குள் மூலையில் உட்கார வைக்கப்பட்டிருக்கும் அந்த அக்கிரகாரத்து இளம் விதவைப் பெண்கள் என் பேச்சைக் கேட்டால் என்னைப் போற்றவே செய்வார்கள்!

ஆனால், நடைமுறையில் பெரியாரின் சமூக சீர்திருத்தக் கருத்துக்களாலும், இடைவிடாத பிரச்சாரத்தாலும், முதற் கட்டமாக பயன்பெற்ற பார்ப்பனப் பெண்கள் இந்த உண்மையை வெளிப்படையாகப் பேச மறுக்கிறார்கள். எனது கல்லூரிக் காலம் தொடங்கிய 1980 களின் துவக்கத்தில் பெண்ணுரிமை தொடர்பான சில நிகழ்ச்சிகளிலும் பெண்கள் அமைப்புகள் நடத்துகிற சில நிகழ்வுகளிலும் கலந்துகொண்டேன். ஒரு சில கூட்டங்கள் முடிந்த பிறகுதான் எனக்கும் அவர்களுக்கும் இடையில் ஒரு இடைவெளி இருந்ததை உணர்ந்தேன். அதாவது, நான் பேசும்பொழுது பெரியாரின் கருத்துகளையும், புரட்சிக் கவிஞர் பாரதிதாசன் அவர்களின் கவிதைகளையும் குறிப்பிட்டுப் பேசினேன். அவர்களோ பாரதியார் பாடல்களைத் தவிர வேறு எதையுமே பெண்ணுரிமைக்கான கருத்தாக முன்வைக்கவில்லை. நான் தேவையான இடங்களில் பாரதியாரின் பாடல்களையும் குறிப்பிடுவேன். அவர்கள் கவனமாகப் பெரியார் பெயரைத் தவிர்ப்பார்கள்.

பெரும்பாலான மாதர் அமைப்புகளின் இந்த நிலைப்பாடு எனக்கு வியப்பை ஏற்படுத்தியது. பிறகுதான் அந்தப் புறக்கணிப்பின் பின்னணி புரிந்தது. ஒரு பெண்ணாக தனக்கு மறுக்கப்பட்ட உரிமைகளுக்காகப் போராடிய தந்தை பெரியாரை அவர்கள் அறிந்திருந்தாலும், பெரியாரின் சமூக சீர்திருத்தச் சிந்தனையால் தாங்கள் பலன் பெற்றிருப்பதை அவர்கள் உணர்ந்திருந்தாலும் தங்களது சாதி ஆதிக்கத்திற்கும் பெருமைக்கும் பெரியார் ஏற்படுத்திய பாதிப்பை அவர்களால் ஏற்றுக் கொள்ள முடியவில்லை. அதனால் பெண்ணுரிமைக்காகப் போராடிய ஒரு தலைவராக பெரியாரைக் குறிப்பிடுவதை அவர்கள் திட்டமிட்டே தவிர்த்தார்கள்.

தமிழ்நாட்டின் பெண்ணுரிமை இயக்கங்களில் பார்ப்பனப் பெண்களே அதிகம் இருந்ததால் அவர்கள் பெண்ணுரிமை வரலாற்றை வேதத்தில் தொடங்கி பாரதியில் முடித்துக்

கொண்டார்கள். ஒரே ஒரு பார்ப்பன சகோதரி தந்தை பெரியார் அவர்களுக்கு நன்றி தெரிவித்து எழுதிய ஒரு கடிதம் குடியரசு இதழில் வெளியிடப்பட்டது என்பதைத் தவிர வேறு பதிவுகளே இல்லை. அவர்கள் அப்படி உண்மை பேச முன்வராததற்கு அவர்களது ஜாதிப்பெருமையே காரணம். தமது ஜாதிக்குள் நிகழ்ந்த பெண்ணடிமைக் கொடுமையில் இருந்து விடுதலை பெற்ற பார்ப்பனப் பெண்கள் கல்வி, வேலை, திருமண உரிமை, விவாகரத்து உரிமை, ஆடைச் சுதந்திரம், நாகரீகம், வரதட்சணை ஒழிப்பு போன்ற தனிப்பட்ட வாழ்க்கை முன்னேற்றத்துக்கு மட்டுமே பெரியாரின் சீர்திருத்தப் பிரச்சாரத்தைப் பயன்படுத்திக் கொண்டார்கள். மற்ற சாதியினர் மீதான அவமரியாதை, தனது பிறவிப் பெருமை பேசுவது ஆகியவற்றைப் பார்ப்பனப் பெண்கள் பலரும் இன்றும் பின்பற்றி வருவதை நாம் வெளிப்படையாகப் பார்க்கமுடிகிறது. இந்த இரட்டை மனப்பான்மை எவ்வளவு தவறானது என்பதை அவர்களில் சிலர் மட்டுமே உணர்ந்திருக்கிறார்கள். அவ்வாறு ஒரு சிலர் பெரியார் பற்றி பேசியும் எழுதியும் வருகிறார்கள். இந்த எண்ணிக்கை பெருகினால்தான் சாதிய மனநிலையில் மாற்றம் உண்டாகும். அது எப்படிச் சாத்தியம் என்ற கேள்வி எழலாம்.

மூன்றாம் இயலான "பெரியாரைத் துணைக்கோடல்" இந்தக் கேள்வியுடன்தான் தொடங்குகிறது. வரதட்சணை வாங்குவது, பச்சரிசிச் சோறு சாப்பிடுவது, அதையும் 'சோறு' என்று சொல்லாமல் 'சாதம்' என்பது, பிரதோஷம், நவராத்திரி என்று பார்ப்பனர்களைப் பார்த்து தாங்களும் அதைச் செய்வதன் மூலம் உயர்சாதிப் பதவிஉயர்வு கிடைத்துவிடும் என்று நம்புகிற பிற்படுத்தப்பட்ட சாதியினரும், பட்டியலின சமூகத்தினரும், இந்த ஜாதிப்பெருமையையும் பார்ப்பனர்களிடமிருந்தே கற்று அல்லது அவர்களைப் பார்த்தே பின்பற்றுகின்றனர். அதைப்போலவே பார்ப்பனரில், அதிலும் குறிப்பாக பார்ப்பனப் பெண்களின் சிந்தனையில் மாற்றம் ஏற்பட்டால் அது சமூகத்திலும் எளிதாக எதிரொலிக்கும்.

இத்தகைய பின்னணியில், சிறந்த எழுத்தாளரான வ.ரா அவர்களுக்குப் பிறகு வெளிப்படையாக தந்தை பெரியாரைப் பாராட்டி எழுதியிருக்கும் தோழர் சோழ. நாகராஜன் அவர்களின் இந்த நூல் அப்படி ஒரு மாற்றத்தை ஏற்படுத்தும் என்று நம்புகிறேன், ஏற்படுத்த வேண்டும் என்று விரும்புகிறேன்.

தந்தை பெரியாரை எதிர்த்த பார்ப்பனர்களைத்தான் நாம் அறிவோம். அவரைப் போற்றியவர்களை அறிவோமா? தமிழ் உரைநடையில் தனி இடம் கொண்ட வ.ரா. அவர்கள் பெரியாரைப் பற்றி எப்படி எழுதினார்? கல்கி எப்படிப் பெரியரைப் பாராட்டினார்? தனது கொள்கை எதிரியாக இருந்த ராஜாஜியை தந்தை பெரியார் எப்படிப் புகழ்ந்தார்? பெரும் தொழிலதிபராகப் புகழ் பெற்ற எஸ்.எஸ்.வாசன் அவர்களின் பத்திரிக்கைத் தொழில் வாழ்க்கை தந்தை பெரியாரிடம் எவ்வாறு தொடங்கியது என்பவை முதல், எதிர்பாராத நேரங்களில் பெரியாரை அறிந்துகொண்ட எளிய மனிதர்களாக இருந்த பார்ப்பனர்கள் பெரியாரின் பெருந்தன்மையை உணர்ந்த நிகழ்ச்சிகள் என அட்டா, அற்புதக் கோவை!

மேலும், தோழர் சோழ.நாகராஜன் பயன்படுத்தியுள்ள தந்தை பெரியாரின் கட்டுரைகளில் பல செய்திகள் கிடைக்கின்றன. கலாட்சேத்ரா நிறுவனரும் நடனமணியுமான ருக்மணி அவர்கள் அன்னிபெசன்ட் அம்மையாரின் வளர்ப்பு மகனான அருண்டேல் என்பவரைத் திருமணம் செய்ததும், சென்னையின் மிகச் செழிப்பான நகர்ப்பகுதி பெசன்ட் நகர் என்று அழைக்கப்படுவதும் நமக்குத் தெரியும். ஆனால், 'ருக்மணி அருண்டேல் திருமணத்தைப் பார்ப்பன சமுதாயம் எதிர்த்தும், ராஜாஜி மட்டுமே அதனை ஆதரித்தார். அது மட்டுமல்ல. தன்னுடைய மகளையே பார்பனரல்லாதவருக்குத் திருமணம் செய்து கொடுத்தார் ராஜாஜி. அதனால் அவரைப் பல பார்ப்பனர்கள் எதிர்த்தார்கள் என்பவையெல்லாம் ராஜாஜி இறந்தபோது பெரியார் எழுதிய இரங்கல் கட்டுரையில் கிடைக்கின்றன. அப்படி ராஜாஜியை எதிர்த்தவர்கள் யார்? அவர்கள் எப்படிப்பட்டவர்கள்? இதோ, இக்கட்டுரையின் ஒரு சிறு பகுதி இந்தக் காரணங்களால் ராஜாஜி அவர்கள் சென்னைப் பார்ப்பனர்களான கஸ்தூரி ரங்கா அய்யங்கார், சீனிவாச அய்யங்கார், ரெங்கசாமி அய்யங்கார், சத்திய மூர்த்தி அய்யர் முதலிய பார்ப்பன ஆதிக்கப் பணிக்காகவே வாழ்ந்த பார்ப்பனக் கும்பலுக்கு எதிரியாக இருந்தார்.

ராஜாஜிபற்றி இப்படி ஒரு புகழுரையை எழுத வேண்டுமானால் பெரியாரின் உள்ளம் எவ்வளவு தூய்மையானதாக இருந்திருக்க வேண்டும்! அதனைப் பரந்த மனப்பான்மை, நியாயச் சிந்தனை, உயர் நாகரீகம் என்று மனம் நெகிழ்ந்து பாராட்டுகிறார் சோழ.நாகராஜன். மேலும், ஒரு துவேஷியின் செய்கை இப்படியா இருக்கும்? என்றும் கேட்கிறார்.

புகழ்பெற்ற தலைவர்கள் மட்டுமா இருந்தார்கள் பெரியாரின் வரலாற்றில்? தந்தை பெரியாரின் இந்தி எதிர்ப்புப் போர்ப்படையில் ஒரு பார்ப்பனரும் இருந்தார் என்ற அரிய தகவலைக்கூட வெளிச்சத்திற்குக் கொண்டு வந்துவிட்டார் சோழ. நாகராஜன். தந்தை பெரியாரின் ஆழ்ந்த மனித நேயத்தை பார்ப்பன நண்பர்கள் உணர வேண்டுமானால், நாதுராம் கோட்சேவால் மகாத்மா காந்தி கொலை செய்யப்பட்டபோது அவர் எழுதிய விடுதலை இதழ் கட்டுரையில் குறிப்பிட்டுள்ள கருத்துக்களைப் படிக்க வேண்டும். அவற்றை நிதானமாகச் சிந்திக்க வேண்டும்.

> மதத்தின் பேரால் உள்ள மூடநம்பிக்கைக் கருத்துக்களும் சாதியின் பேரால் உள்ள ஆசார அனுஷ்டானங்களும் மற்றும் கடவுள் சாஸ்திரம் இவைகள் பேரால் உள்ள அறியாமையுந்தான் இம்மாதிரிக்காரியத்தைச்செய்யும்படிஅவனைச்செய்துவிட்டன. இனியேனும் இப்படிப்பட்ட காரியம் நடவாமல் இருக்கவேண்டும்.
>
> அவனைத் தூக்கில் போடுவதாலோ அல்லது அவன் சேர்ந்திருந்த ஸ்தாபனத்தைக் கலைத்துவிடுவதாலோ அல்லது அவனுக்கு ஆதரவாயிருந்த அத்தனை பேரையும் அழித்து விடுவதாலோ இப்படிப்பட்ட காரியம் நின்றுவிடாது.
>
> இப்படிப்பட்ட கொலைகாரர்கள் தோன்ற எது ஆதரமாயிருந்ததோ அதை அழித்து ஒழிக்க வேண்டும். ஒரு சமுதாயத்தையோ அல்லது ஒரு கூட்டத்தையோ அல்லது ஒரு சாதியையோ அப்படியே அழித்துவிடுவதால் இக்கொடுமை மறைந்து போகாது.

பெரியார் எத்தகைய ஜனநாயாகவாதி என்பதற்கு இந்தக் கட்டுரையே சான்று. இந்நூலின் இறுதி அத்தியாயங்கள் பார்ப்பனர்களுக்குத் தந்தை பெரியார் வைத்த நேரடியான வேண்டுகோளாகும். அதிலும் குறிப்பாக 05.01.1953 அன்று சென்னை ராயப்பேட்டை சீனிவாசப் பெருமாள் கோயில் மண்டபத்தில் 'லட்சுமிபுரம் யுவசங்கம்' என்ற பார்ப்பன இளைஞர்களால் நடத்தப்பட்ட கூட்டத்தில் தந்தை பெரியார் ஆற்றிய உரை "பார்ப்பனத் தோழர்களே! என்று அழைத்து அவர் பேசிய ஒவ்வொரு சொல்லும் மனச்சான்றுடன் படிக்கும் எந்த ஒரு மனிதரையும் உலுக்கிவிடக்கூடியதாகும்.

இக்கட்டுரையின் இறுதியில் எவ்வளவு சாதிய வன்மம் கொண்ட மனதையும் நின்று நிதானித்துச் சிந்திக்கச் செய்யும் பெரியாரின் கருத்தை எடுத்துக் கொடுக்கிறார் சோழ.நாகராஜன்.

உண்மையிலேயே எனக்கு மாத்திரம் பார்ப்பனர்களுடைய ஆதரவு இருந்திருக்குமானால் நம் நாட்டை எவ்வளவோ முன்னுக்கு கொண்டுவர என்னால் முடிந்திருக்கும்.

நம் நாடு இன்று அடைத்திருக்கிற இந்தப் போலி சுதந்திரம் என்பது ஒன்றைத் தவிர மற்ற எல்லா வளர்ச்சிக்கும் பார்ப்பன சமுதாயம் எதிரியாக இருந்திருக்கிறது. இது மாத்திரம் அல்லாமல் நாட்டில் சமயம், தர்மம், நீதி, அரசியல் என்னும் பேரால் இருந்து வளர்ந்து வரும் எல்லாக் கேடுகளுக்கும் பார்ப்பன சமுதாயம் ஆதரவளித்தே வந்திருக்கிறது, வருகிறது.

அவர்களின் எதிர்ப்பையும் சமாளித்துதான் இந்த நாடும் இந்தச் சமுதாயமும் இந்த அளவுக்கு வளர்ந்திருக்கிறது. இனி தாங்கள் அப்படி இல்லையென்பதைப் பார்ப்பனர்கள் காட்டிக்கொள்ள வேண்டாமா?

தந்தை பெரியார் சிறந்த பேச்சாளரும், உழைப்பாளரும் மட்டுமல்ல. ஆகச் சிறந்த எழுத்தாளருமாவார். அதனால்தான் எந்தத் தலைவரை விடவும் அவரது சாதனைகள் உயர்ந்து நிற்கின்றன. அவரது படிப்பறிவும் ஆங்கிலச் சொற்களைக் கையாளும் முறையும் வியப்பிற்குரியன. அவரது பன்முக ஆற்றல் சமுதாய மருத்துவப் பணியில் பலவகையாக வெளிப்படுகின்றது. தன்னுடைய அணுகுமுறை பற்றி பெரியார் கூறும் தன்னிலை விளக்கம் இது:

வைத்தியத்திலே இரண்டு முறை சொல்லுவார்கள். physicians Cure, 2. Surgeon Cure. அதாவது மருந்து கொடுத்து வியாதியைச் சொஸ்தப்படுத்துவது ஒருமுறை, கத்தியைப் போட்டு அறுத்து ஆபரேஷன் செய்து நோயாளியைப் பிழைக்க வைப்பது இன்னொருமுறை. என்னைப் பொறுத்தவரையில் நான் நோயாளி கஷ்டம் இல்லாமல் மருந்து கொடுத்து சொஸ்தப்படுத்தலாம் என்று கருதுபவன் அல்ல, நோயாளிக்கு கஷ்டம் ஏற்பட்டாலும் பரவாயில்லை, அவன் சாகக்கூடாது என்று கருதுபவன். அறுத்து ஆபரேஷன் செய்யும் இரண்டாவது முறையில் நம்பிக்கையுள்ளவன். என் இலட்சியமெல்லாம் கஷ்டமாக

இருந்தாலும் ஆள் பிழைக்க வேண்டும் என்பது. நம்முடைய தோல் அப்படி லேசான தோல் அல்ல. 2000 – 3000 வருடங்களாக தடித்துப்போன கெட்டியான தோல். அதில் உறைக்க வேண்டும் என்றால் சிறிது கடினமாகத்தான் சொல்லியாக வேண்டும். அப்படியிருக்கிறது நம்முடைய நிலைமை.

இதன் உச்சகட்டமாக பார்ப்பானும் வேண்டாம் பறையனும் வேண்டாம், அனைவரும் மனிதர்களாக மட்டுமே வாழவேண்டும்! என்ற பெரியாரின் அறிவிப்புடன் நூலாசிரியர் நூலை நிறைவு செய்கிறார்.

தோழர் சோழ.நாகராஜன் அவர்கள் பல்வகைத் திறமைகளை கொண்ட நல்ல கலைஞர். சிந்தனையாளர், எழுத்தாளர். அனைத்திற்கும் மேலாக கலைவாணர் என்.எஸ்.கிருஷ்ணன் அவர்களின் புகழை உலகமெல்லாம் பாடித்திரியும் ஒரு 'சிவப்புக்குயில்'. கலைவாணரை உணர்ந்துவிட்டால் பெரியாரை நெருங்குவது மிகஎளிது என்பதற்கு அவரது இந்த நூல் மிக அழகான சான்றாக நிற்கிறது.

இந்த நூலைப் பெரியார் பற்றாளர்கள் விரும்பிப் படிப்பார்கள். அது இயற்கையானது. ஆராய்ச்சி மாணவர்களுக்கு அவர்கள் அறிந்திராத பல செய்திகளும் இதுவரை பேசப்படாத பெரியாரின் புதிய பரிமாணங்களும் இந்த நூலில் கிடைக்கும். என்னுடைய விருப்பம் என்னவெனில், இந்த நூலைப் பெரியாரை விமர்சிப்பவர்களும், வெறுப்பவர்களும் படிக்க வேண்டும் என்பதே. அதேபோல பார்ப்பன சமூகத்தின் இளைய தலைமுறை இந்நூலைப் படிக்க வேண்டும். அவர்கள் நேர்மையான உள்ளத்துடன் பெரியாரை அணுகவும், சாதிச் சேற்றில் சிக்கிக் கிடக்கும் எல்லா மனிதர்களும் அதனின்று மீண்டுவரவும் இந்த நூல் பேருதவி செய்யும். இப்பெரும் பணிக்காக தோழர் சோழ.நாகராஜன் அவர்களுக்கு என் பாராட்டுதலையும் நன்றியையும் தெரிவித்துக்கொள்கிறேன்.

சென்னை
12.06.2022

– அ. அருள்மொழி,
பிரச்சாரச் செயலாளர்,
திராவிடர் கழகம்.

என்னுரை
பெரியார் யார்?

பலரின் விருப்புக்கும் பேரன்புக்கும் பெரு மரியாதைக்கும்; சிலரின் வெறுப்புக்கும் பழிப்புக்கும் உரியவராகத் தமிழ்ப் பெருநிலத்தில் திகழ்ந்த இருபதாம் நூற்றாண்டின் ஈடு இணையற்ற ஆளுமை தந்தை பெரியார் ஆவார்.

நான் ஏறக்குறைய சுமார் 50 ஆண்டு காலமாகவே பார்ப்பன –மேல்சாதி மக்கள் என்பவர்கள் – சட்டப்படி – சாஸ்திரப்படி – மதத்தின்படி என்று தாங்கள் அடைந்திருக்கும் வசதியையும் உயர் நிலையையும் பார்ப்பனரல்லாத கீழ் மக்கள் நலனுக்குக் கேடாகப் பயன்படுத்தும் வாய்ப்பை ஒழிக்கவேண்டுமென்று பாடுபட்டு வருகிறேன். என்னுடைய பிரதான ஒரே தொண்டு இதுதான்; இனியும் என் வாழ்நாள் வரையிலும் ஏற்படுத்திக் கொண்டிருக்கிற தொண்டும் இதுதான்!

பெரியார் தனது வாழ்நாள் இலட்சியப் பணியாக அறிவித்துக் கொண்டதுதான் மேலே சொல்லப்பட்டது. அது, அவரின் மீதான ஐகோர்ட் அவதூறு வழக்கில் அவர் தந்த அறிக்கை. அந்த அறிக்கையில் மேலும் பெரியார் இவ்வாறு பேசுகிறார்:

இவ்வளவு நாள் வரையிலும் பாடுபட்டும் இந்த நாட்டுப் பார்ப்பனரல்லாத மக்களுக்கு பார்ப்பனரால் ஏற்பட்டு வருகிற கொடுமைகள், அவர்கள் தலையெடுக்கவொட்டாமல் அழுத்தப்பட்டு வருகிற துணிச்சலான அநீதிகள் ஒரு குறிப்பிடத்தகுந்த அளவுக்காவது குறைந்திருக்கிற அளவு நிலைத்திருக்குமா என்று சொல்ல முடியாது.

தந்தை பெரியார் குறித்து இன்றைக்கும் பலரும் பலவிதமான அவதூறுகளைப் பொழிகிறார்கள். அதில் பிரதானமானதும் மிக முக்கியமானதுமாக இருப்பது பெரியார் பிராமணர்களின்

எதிரி; அவர் ஒரு பிராமண துவேஷி என்பதுதான். பெரியார் தனது களப்பணியைத் துவங்கிய காலம் முதலே இந்தக் குற்றச்சாட்டு அவர் மீது சுமத்தப்படத் தொடங்கிவிட்டது. அது இன்றுவரையில் ஒரு தொடர்கதையாகவும் இருந்து வருகிறது. அவர் எழுத்திலும் களத்திலும் மேற்கொண்டு வந்தது உண்மையில் பிராமணர் எதிர்ப்புதானா? பிராமணர் எதிர்ப்புக்கும் பிராமணீய அல்லது பார்ப்பனீய எதிர்ப்புக்கும் வேறுபாடுகள் உண்டென்றால் எதிர்க்கப்பட வேண்டியதானது பிராமணீயம் எனும் கருத்தியலா அல்லது பிராமணர்கள் எனும் பிரிவினரான தனிப்பட்ட மனிதர்களா? உண்மையில் பெரியாரின் பணிகளின் அடிப்படை எதுவாக இருந்தது?

இந்தக் கேள்விகளுக்கு விடை தேடுகிற ஒரு சிறு முயற்சிதான் இந்நூல்.

இந்துத்துவம் என்று தன்னைப் படாடோபமாகச் சொல்லிக்கொண்டு, இந்துமதம் என்கிற பாமரப் புரிதலின் மீது கட்டப்படுகிற மத அடிப்படைவாதக் கருத்தியல் முயற்சிகள் அதிகாரங்களைக் கைப்பற்றிக் கொண்டிருக்கும் இன்றைய சூழலில் பெரியாரையும், பெரியாரின் அளப்பரிய பங்கு பணிகளையும் மிகச் சரியாகப் புரிந்துகொள்ள வேண்டிய அவசியம் முன்னிலும் முக்கியத்துவம் பெற்றிருப்பதை மறுப்பதற்கில்லை.

அப்படியானதொரு நிலையில் பெரியாரின் பங்களிப்பைக் கொச்சையாகப் புரிந்து கொள்வதென்பது அவரை இழிவுபடுத்தி மக்கள் மனங்களிலிருந்து அவரைப் பற்றியான பிம்பத்தைச் சிதைக்கிற இந்துத்துவ முயற்சிகளுக்கே உதவியாக முடியும். எனவே, அந்த முயற்சியை எதிர்கொள்வதுதான் இந்தப் புத்தக முயற்சியின் முதற்பெரும் குறிக்கோள்.

இதுவொரு எளிய முயற்சிதான். முடிந்துபோன முடிவோ, தீர்வோ, தீர்ப்போ அல்ல. ஆனாலும், நோக்கத்தால் உயர்ந்தது. இந்தியச் சூழலில் மதச்சார்பற்ற ஜனநாயக சமூகநீதிக் கட்டமைப்பிற்கு ஆதரவாக நிற்பதைக் கடப்பாடகக் கொண்ட எளிய முயற்சி இது.

அதன் காரணமாகவே நான் இதனைத் தமிழ்கூறும் நல்லுள்ள வாசகர் மத்தியில் பெருமையோடும் பெருமிதத்தோடும் வைக்கிறேன்.

மனம் விட்டும், அறிவியல் பூர்வமாகவும் நடைபெறும் தொடர் விவாதங்கள் வாயிலாக மிகச்சரியான, காலப் பொருத்தப்பாட்டோடு கூடிய நிலைப்பாட்டினை எட்டுவதே மார்க்சிய அணுகுமுறையின் அடிப்படை எனும் புரிதலையும் மனம் கொண்டு அதற்கு உதவும் நோக்கத்தில் மேற்கொள்ளப்பட்டதே இந்த நூலாக்கம்.

பெரியாரின் ஜனநாயகம் மிளிரும் சொற்களிலிருந்தே சொல்ல வேண்டுமானால், என் அபிப்பிராயத்தை மறுக்க உங்களுக்கு உரிமையுண்டு; ஆனால் என் அபிப்பிராயத்தை வெளியிட எனக்கு உரிமை உண்டு! (பகுத்தறிவு 1935)

தான் ஒரு மாபெரும் சிந்தனையாளர் என்றோ, மகான் என்றோ, கண்மூடித்தனமாக வழிபட்டுப் பின்தொடரத்தக்கவர் என்றோ பெரியார் தன்னைத்தானே கருதிக் கொண்டவரல்லர். அதனாலேயே அவர் மிகச்சிறந்த ஜனநாயகவாதியாகவும் விளங்கினார்.

தன் வாழ்நாள் பணிகளின் மீதான அவரின் மிகச்சரியான புரிதல் இப்படி இருந்தது:

இந்தக் காலத்து இளைஞர்களின் மனம் என் மீது விருப்புக் கொள்ளாது வெறுப்புக் கொண்டுவிடுமானாலும்கூட நான் அதற்கு அஞ்சவில்லை. இனி வருங்கால இளைஞர்கள் பாராட்டுவார்கள். பாராட்டாவிட்டாலும் இன்று நான் சொன்னதைப் பின்பற்றி வீரத்தோடு, மான வாழ்வு வாழும் வழியில் இருப்பார்கள். சரியாகவோ, தப்பாகவோ, நான் அதில் உறுதி கொண்டிருப்பதால் எனக்கு எக்கேடு வருவதானாலும் மனக்குறையின்றி, நிறை மனதுடன் அனுபவிப்பேன் – சாவேன் என்பதை உண்மையாக வெளியிடுகிறேன்!

எல்லோரும் தன்னை நன்றியோடு நினைத்துக்கொள்ள வேண்டும் என்று கருதாமல், தன் கருத்துக்கள் வென்று நடை முறையாக வேண்டும் என்றே விரும்பியவர் பெரியார்.

"உங்களுக்கு ஏன் இந்த வேலை?" என்று பெரியாரிடம் கேட்டபோது அவர் சொன்ன பதில்: வேறு எவருமே இதைச் செய்ய முன்வரவில்லை. எனவே நான் இதைச் செய்கிறேன். என்னை விடச் சிறந்தமுறையில் வேறெவராவது இதைச் செய்ய முன்

வருவார்களேயானால் நான் அவரிடமே இதனை விட்டுவிடவும் தயாராக இருக்கிறேன்.

'அடக்கம் அமரருள் உய்க்கும்!' - எனும் வள்ளுவப் பேருண்மைக்கு இதனைவிடச் சிறந்த உதாரணம் இருக்க இயலுமோ?

இந்த இடத்தில்தான் மாமேதை கார்ல் மார்க்ஸ் சொன்னது நினைவுக்கு வருகிறது. மார்க்சியக் கோட்பாட்டினை உருவாக்கிய கையோடு அவர் சொன்னார்:

நானே இதனைச் செய்திருக்காவிட்டாலும், இதே திசை வழியில் சிந்திக்கிற எவரும் இந்த முடிவுகளுக்குத்தான் வந்து சேர்ந்திருப்பார்கள்!'

அறிவார்ந்த சான்றோர் ஒன்றுபோலவே சிந்திப்பர்!
– என்பது எத்துணை பேருண்மை!

அத்தகைதொரு பேருண்மைத்தேடல் மனதோடு இங்கே பெரியார் எனும் பேராளுமையின் மீது காலகாலமாகப் படிந்து கிடக்கும் தப்பெண்ணங்கள் எனும் இருளை நீக்கும் எத்தனையோ முயற்சிகளில் ஒன்றாக நானும் எனது சிற்றறிவு எனும் சிறு அகல் விளக்கை ஏந்தி வருகிறேன்.

இந்த என் கைவிளக்கத்தின் பயனாகவும் நீங்கள் பெரியாரை முன்னிலும் தெளிவாகக் கண்டுணர முடிந்தால் அது அவரின் பெருமைக்கு நான் செய்யும் மரியாதையாகும்! இப்போதும் உங்களுக்குத் தெளிவேற்படாவிடில் அது என் இந்த முயற்சியின் குறைபாடெனவும், என்னிந்தக் கைவிளக்கின் ஒளிப்போதாமை என்றும் கருதிக்கொண்டு, இன்னுமொரு உழைப்புத் தீவிரத்துக்கு என்னை நானே உட்படுத்திக்கொள்ளச் சித்தமாவேன்.

வாசியுங்கள்! விவாதியுங்கள்!

தமிழர் நெறி - அறம் சார்ந்து பெரியாரின் மகத்தான பங்களிப்பின் மீதான சரியான புரிதலை நோக்கிய நம்மின் இப்பயணம் இடையறாது தொடர்ந்திட இதுவும் உதவிடட்டும்.

அதிவிரைவாக முன்னேறிவரும் இன்றைய பாசிச அரசியல் பண்பாட்டுச் சூழலை எதிர்கொண்டு வென்றிடல் ஒன்றினையே நம் அனைத்து முயற்சிகளும் நோக்கமாகக் கொண்டிருக்கட்டும்!

மதுரை
16.01.2022

உங்கள்
- சோழ. நாகராஜன்,
98425 93924

"மனித வாழ்க்கைக்கும் பேதாபேதங்களுக்கும் கடவுள் சம்பந்தமில்லை என்று சொல்லும் பட்சம் அக்கடவுளைப் பற்றி நமக்கு என்ன கவலை?"

— தந்தை பெரியார்

உள்ளே...

இயல் 1: பெரியாருக்கு முன்...

1. ஈராயிரமாண்டுகள் இடைநில்லா மேலாதிக்கம் — 27
2. வர்ண பேதமே வர்க்க பேதமாக — 34
3. கலகக் குரல்களின் நெடுங்கணக்கு — 37
4. ராகுல்ஜி படம்பிடிக்கும் ஆரிய – கிரேக்க வேறுபாடு — 42

இயல் 2: பெரியாரின் காலம்

5. பழமையின் எதிரியா – துவேஷியா? — 49
6. ஆம் என்போம் பயமென்ன? — 53
7. சிருங்கேரி சங்கராச்சாரியார் பெரியாருக்கு எழுதிய ஸ்ரீமுகம் — 60
8. ராஜாஜி: துவேஷமும் நேசமும் — 65
9. வாசன் மீது வைத்த வாஞ்சை — 70
10. மேலும் மூன்று தருணங்களும் பெரியாரின் பண்பும் — 72
11. அதிசய மனிதரின் வியப்பு — 77
12. முற்றுணர்ந்த பேராசிரியர் — 79
13. சீரிய தவமியற்றிய சிங்கம் — 81
14. காந்தியார் கொலையுண்ட கனத்த பொழுதினிலே — 83

இயல் 3 பெரியாரைத் துணைக்கோடல்

15. பார்ப்பனத் தோழர்களுக்கு... — 91
16. நாம் ஏன் ஒதுக்கப்போகிறோம்? — 99
17. பார்ப்பானும் வேண்டாம் பறையனும் வேண்டாம் — 106

பின்னிணைப்பு

18. பெரியார், நான் மற்றும் தீபாவளி! — 111

"கடவுள் இல்லாவிட்டால் அரசன் இருக்கமுடியாது; அரசன் இல்லாவிட்டால் பணக்காரன் இருக்க முடியாது; பணக்காரன் இல்லாவிட்டால் உயர்ந்த சாதிக்காரன் இருக்க முடியாது; ஆகவேதான் இவை ஒன்றையொன்று பற்றிக்கொண்டிருக்கின்றன."

— தந்தை பெரியார்

இயல் 1
பெரியாருக்கு முன்...

1

ஈராயிரமாண்டுகள் இடைநில்லா மேலாதிக்கம்...

இந்தியப் பெருநிலத்தில் சாதிகளுக்கும் அதன் படிநிலையிலான ஆதிக்கங்களுக்கும் குறைந்தது ஈராயிரமாண்டுகள் வரலாறு உண்டு. அடிப்படையில் நான்கு வர்ணங்களாகப் பிரிக்கப்பட்டு, அதுவே பல்கிப் பெருகியும்போன விசித்திரமான சமூகமே நமது இந்திய சமூகம்.

காலந்தோறும் பல்வேறு இனங்களின் வருகை யாலும் இங்கேயே வாழ்ந்திருந்தவர்களை வீழ்த்தி, அவை நிலைபெற்றமையாலும் இனக்கலப்புகளும் அவற்றுக்கெதிரான தூய்மைவாதங்களுமே அடி நாளில் வர்ணப் பிரிவினைக்கான தட்பவெப்பத்தை ஏற்படுத்தியிருக்கும். அத்துடன் சமூக வளர்ச்சியால் உண்டான சுரண்டல் அமைப்பும் அதனைக் கெட்டிப்படுத்தும் தேவையை அடைந்திருக்கலாம்.

எது எப்படியோ, இந்திய சமூகமானது நாலு வர்ணப் பிரிவினையை ஏற்கவேண்டிய கட்டாயத் திற்கு வந்து சேர்ந்தபின் அதனை உறுதிசெய்யவே கடவுளும் மதமும் கிளம்பி வந்தன.

பகவத்கீதையின் ஒரு சுலோகத்தைக் கொஞ்சம் நினைவுப்படுத்திப் பாருங்களேன்... அதுதான்,

சாதுர் வர்ண்யம் மயா ஸ்ருஷ்டம் குணகர்மவிபாகச:
தஸ்ய கர்தாரமபி மாம் வித்யகர்த்தாரமவ்யயம்

-என்னும் சுலோகம்.

இது கீதையில் நான்காம் அத்தியாயமான ‘உன்னத அறிவு’ என்பதில் 13 வது பதத்தில் வருகிறது.

அதாவது, 'நான்கு வர்ணங்களையும் நானே படைத்தேன்' என்று சர்வவல்லமையுள்ள பகவான் ஸ்ரீ கிருஷ்ணரே சொன்னதாகச் சொல்லப்படும் கீதையின் வாசகம். சாதுர் அல்லது சதுர் என்றால் வடமொழியில் நான்கு என்று பொருள். நான்கு சம அளவுள்ள நேர் கோடுகளை இணைத்தால் அதனைச் சதுரம் என்கிறோமல்லவா? அந்தச் சொல்தான் அது.

ஒருபக்கமிருக்கட்டும்.

பகவானின் அந்த சுலோகத்தின் முழுப் பொருள் இப்படி இருக்கிறது:

மூவித இயற்கைக் குணங்களுக்கும் அவற்றின் செயல்களுக்கும் ஏற்ப மனித சமூகத்தின் நால்வகைப் பிரிவுகள் என்னாலேயே ஏற்படுத்தப்பட்டன. இம்முறையைப் படைத்தவன் நானேயாயினும் மாற்றமற்ற என்னைச் செயலுக்கு அப்பாற்பட்டவனாக நீ அறியக் கடவாயாக!

ஆக, நான்கு வர்ணங்களையும் நானே படைத்தேன் என்று அடித்துக் கூறும் பகவான் ஸ்ரீகிருஷ்ணர்தான் 'வர்ண முறையைப் படைத்தவன் நானேயாயினும் மாற்றமற்ற என்னைச் செயலுக்கு அப்பாற்பட்டவனாக நீ அறியக் கடவாயாக' என்றும் சொல்லுகிறார்.

'புரிஞ்சா புரிஞ்சுக்க... புரியாட்டிப் போய்க்க...' என்பதுபோல இருக்கிறதா பகவானின் இந்த இரண்டாவது வாக்குமூலம்?

அதன் பொருள் வேறொன்றுமல்ல. நான்கு வர்ணங்களையும் நானே படைத்திருந்தாலும் அதனை மாற்றுகிற செயலுக்கு நான் அப்பாற்பட்டவன் என்பதை நீ அறிந்துகொள். அதாவது, அதனை நானே நினைத்தாலும் மாற்றி அமைக்கிற பேச்சுக்கே இடமில்லை என்பதுதான்.

அப்படியானால் இதனை எவ்வாறு புரிந்து கொள்வது?

இப்படித்தான்... கடவுளால் படைக்கப்பட்டதுதான் இந்தியாவிலுள்ள சாதீயச் சமூகம் என்பது. ஆனால், அதனை மாற்றுகிற வல்லமை, அதிகாரம், உரிமை அந்தக் கடவுளுக்கே இல்லை. அதாவது, சர்வவல்லமையுள்ள கடவுளைவிடவும் அதிக வல்லமை உடையது சாதீயம். அதை அந்தக் கடவுளின் வாயாலேயே சொல்லவும் வைத்தாயிற்று.

தான் படைத்தது தவறாகிப்போய்விட்டது என்று வருந்தி அதனைத் திருத்துகிற-மாற்றியமைக்கிற சக்திகூட சர்வ வல்லமை

படைத்த அந்த பகவானுக்கு இல்லையெனும் அவல நிலையை என்னவென்பது? அதனை அவரே ஒப்புக்கொள்வதாகவும் சொல்லியாகிவிட்டது.

தன்னைப் படைத்த கடவுளையே பரிதாபமாக இப்படிப் புலம்பல் தொனியில் பேச வைத்ததுதான் இந்தியாவின் சாதீயம் இன்றுவரையில் இறுகிக் கெட்டிப்பட்டதற்கான அடிப்படையாக இருக்கிறது என ஏன் சொல்லக்கூடாது?

சதுர் வர்ணம் என்றால் பிராமணர், சத்திரியர், வைஸ்யர், சூத்திரர் என்றழைக்கப்படும் நான்கு பிரிவுகள், அதாவது வர்ணங்கள். மூன்று வித இயற்கைக் குணங்களுக்கும் அவற்றின் செயல்களுக்கும் ஏற்பவே அவை பிரிக்கப்பட்டதாகவும் காரணம் சொல்கிறது கீதை. அதென்ன மூன்று வகை குணங்கள்? சத்வ, ரஜஸ், தமஸ் என்பவைதான் மனித சமூகத்தில் நிலவும் அம்மூன்று வகையான இயற்கைக் குணங்கள் என்கிறது கீதை.

இயற்கை என்று சொன்னாலும் பிறப்பின் அடிப்படையில்தான் இந்தக் குணங்கள் வழிவழியாக வருகின்றன என்றும் அது இயம்புகிறது. இந்த முரணை என்ன செய்வதென்பதும் விளங்கவில்லை.

வர்ணப் பிரிவு இயல்பிலேயே இங்கு பிறக்கும் ஒவ்வொரு வருக்கும் பிறப்பின் அடிப்படையிலேயே விதிக்கப்பட்டிருப் பதாகச் சொன்னதால் அதிலிருந்து வெளியேறுதல் அல்லது தப்பித்தல் என்பது இயலாத ஒன்றாகிவிடுகிறது.

எனவே, இந்த வகையில் வர்ணக் கலப்பு என்பது கடவுளுக்கு எதிரானதாக, அதாவது இயற்கைக்கு விரோதமானதாகச் சொல்லப்பட்டாயிற்று. ஆக, சாராம்சத்தில் இந்தப் பிரிவினைக்கான அடிப்படை நோக்கமே இனக்கலப்பைத் தவிர்ப்பது என்பதுதான் எனத் தெரிகிறது. அதிலும் முக்கியமாக மக்கள் ஒன்று திரண்டு, ஆளுவோர்க்கு எதிராக எதிர்ப்பு வலுப்பெறாமல் தடுப்பது என்பதும்தான்.

கீதை சொல்லும் மூன்று வகை இயற்கைக் குணங்களின் பொருள் என்னென்ன? நால்வகை வர்ணங்களின் அடிப்படைகள் எவை? அவற்றிற்கு அப்பாற்பட்டதாக ஏதும் இருக்கிறதா?

இப்படியான கேள்விகளுக்கு விடையையும் இந்த சுலோகத்தின் 'உண்மை' உட்பொருளையும் அறிந்து கொள்வதெப்படி?

'அகில உலக கிருஷ்ண பக்தி இயக்கம்' என்ற அமைப்பின் ஸ்தாபக ஆசாரியர் தெய்வத்திரு அ.ச.பக்திவேதாந்த சுவாமி பிரபு பாதா என்பவர் வடமொழி மூலத்திலிருந்து ஆங்கிலத்தில் பதவுரை மற்றும் பொருளுரையுடன் எழுதி, ஆத்ம தத்வ தாஸ் என்பவரின் தமிழ் மொழிபெயர்ப்புடன், பக்தி வேதாந்த புத்தக நிறுவனத்தின் வெளியீடான 'பகவத் கீதை உண்மையுருவில்' எனும் புத்தகம் இந்த சுலோகத்தின் பொருளுரையை மிக மிக மிக மிக விரிவாக இவ்வாறு தருகிறது, அதையும் பார்ப்போம்:

எல்லாவற்றையும் படைப்பவர் கடவுளே. எல்லாம் அவரில் பிறந்து, அவரில் இருந்து, அவரிலேயே லயிக்கின்றன. சமூக நியதியின் நால்வகைப் பிரிவுகளும் அவரது படைப்பே.

இதில் முதற்பிரிவு சத்வ குணத்தில் நிலைபெற்ற, அறிஞர் குலத்தோரின் (பிராமணர்) பிரிவாகும். அடுத்தது ரஜஸில் நிலைபெற்ற, ஆளும் குலத்தோரான சத்ரியர். வைஸ்யர் என்றழைக்கப்படும் வியாபாரிகள் ரஜஸும் தமஸும் கலந்த குணமுடையோர். இயற்கையில் தமஸ் (அறிவீன) குணத்தில் இருப்போர், கடின உழைப்புச் செய்யும் சூத்ரப் பிரிவினர்.

மனித குலத்தின் இந்நான்கு பிரிவுகளைப் படைத்தவராயினும்கூட, ஸ்ரீகிருஷ்ணர் இவற்றில் எந்தப் பிரிவையும் சேர்ந்தவரல்ல. ஏனெனில் மனிதகுலம் ஒரு பகுதியான எண்ணற்ற கட்டுண்ட ஆத்மாக்களில் அவர் ஒருவரல்லர். மனித சமூகம் மிருகக் கூட்டத்தைப் போன்றதே. ஆனால் மிருக நிலையிலிருந்து மனிதரை உயர்த்துவதற்காகவே, கிருஷ்ண உணர்வின் முறையான அபிவிருத்திக்காக பகவான் ஸ்ரீகிருஷ்ணர் இந்த நான்கு பிரிவுகளை உருவாக்கினார்.

ஒரு குறிப்பிட்ட மனிதனுக்குத் தொழிலில் இருக்கும் நாட்டம் அவன் பெற்றிருக்கும் இயற்கைக் குணத்தைப் பொறுத்தது. கிருஷ்ண உணர்வினன் பிராமணருக்கும் உயர்ந்தவனாகிறான். ஏனெனில், பரிபூரண உண்மை அல்லது ப்ரஹ்மத்தை அறிபவனே பிராமணனாவான். இவர்களில் பெரும்பாலோர் பகவான் ஸ்ரீகிருஷ்ணரின் அவ்யக்தத் தோற்றத்தையே அணுகுபவராயிருக்கின்றனர்.

ஆனால், பிராமணரின் குறிப்பிட்ட எல்லைக்குட்பட்ட அறிவினின்றும் உயர்ந்து, பகவான் ஸ்ரீகிருஷ்ணர் எனும் முழுமுதற் கடவுளைப் பற்றிய அறிவை அடைந்தவரே கிருஷ்ண உணர்வுடையவராகின்றார் – அல்லது வைஷ்ண வராகின்றார்.

கிருஷ்ண உணர்வென்பது ராமர், வராஹர் எனும் மற்ற அவதாரங்களைப் பற்றிய அறிவும் அடங்கியதே. நாடு,

இனம், குலம் எனும் பிரிவுகளையும், மனித குலத்தின் நான்கு வர்ணங்களையும் கடந்த உன்னத நிலையே கிருஷ்ண உணர்வாகும். ஏனெனில் கிருஷ்ணர் இவற்றிற்கெல்லாம் அப்பாற்பட்டவரல்லவா?"

ஆக, இப்படி இயற்கை மனிதனுக்குத் தந்திருக்கும் குணங்களின் அடிப்படையிலேயே வர்ணம் பிரிக்கப் பட்டுள்ளதாகவும் சொல்லியிருப்பதன் வாயிலாக பகவான் பெயரால் பிரித்ததை இயற்கையானதாகவும் நிறுவுகிற முயற்சி நடந்திருக்கிறதாகத் தெரிகிறதல்லவா? அப்படிச் சொல்வதால் சாதிகளை இயற்கையானதாகவும் இயற்கை யின்பாற்பட்டதாகவும் நம்பவைக்கப்பட்டிருக்கிறது அல்லவா? அதிலிருந்து வெளியேறுதல் அல்லது விடுபடல் என்பதே சாத்திய மற்றதாகவும் ஆக்கப்பட்டிருக்கிறது அல்லவா? அப்படியே வாழ்வியல் சார்ந்த ஒரு வெளியேறலை - விடுபடலை எவரும் முயன்று விடாதபடி தடுக்கவேண்டி அப்படியானதொரு விருப்பத்திற்கு வடிகாலாக வெறும் கற்பனை உலகோடு பொருத்தி, அறிவில் உயர்ந்ததாகச் சொல்லப்பட்ட பிராமண அறிவையே ஒரு எல்லைக்குட்பட்டதாகவும் சுருக்கிச் சொல்லி, அதைவிடவும் உயர்ந்தது பகவான் ஸ்ரீகிருஷ்ணர் எனும் முழுமுதற் கடவுளைப் பற்றிய அறிவை அடைவதே என்றும் கற்பனைக் கதை புனையப் பட்டிருக்கிறது.

அப்படி உயர்ந்தவரே கிருஷ்ண உணர்வுடையவர் - அவரே உண்மை வைஷ்ணவர் என்றும் ஒருவிதமான கற்பனை மகிழ்ச்சிக்குப் பாதை சொல்லப்பட்டிருக்கிறது.

பிறப்பின் அடிப்படையிலான நான்கு வர்ணங்களையும் மாற்றிக்கொள்ள இயலாது என்று சொல்லிவிட்டு அவற்றைக் கடந்த உன்னத நிலை என்று இந்தக் கிருஷ்ண உணர்வையும் வைத்தாயிற்று.

அதாவது கொதிக்கும் தீக்குண்டத்தில் விழுந்துகிடப்போர் அந்த நெருப்பின் தீண்டலுக்கு உள்ளாகிறபோது அதன் தகிக்கும் சூட்டை உணராமலிருக்க வேண்டுமானால் சில்லென்று குளிரும் நீர்த் தடாகம் ஒன்றைக் கற்பனையாக மனதில் எண்ணிக்கொள்ள அறிவுறுத்துவதுபோல.

அப்படியெனில் நான்கு வர்ணங்களைப் படைப்பானேன்? அதைத் தன்னாலேயே மாற்ற இயலாது என்று பின்வாங்கு

வானேன்? அப்புறம் அதனைக் காட்டிலும் கிருஷ்ண உணர்வை உயர்ந்ததென்பானேன்?

ஒன்று மட்டும் புரிகிறது. சாதியத் தளையிலிருந்து தப்பித்தல் எவருக்கும் அனுமதிக்கப்படவில்லை என்பதுதான் அது. அப்படியே தப்பிக்க நினைக்கிறவர்களை அந்தத் தளையை ஏற்படுத்திய பகவானை நினைத்துக் கற்பனையில் கிருஷ்ண உணர்வில் மிதந்துகொண்டு பேசாமல் இருந்துவிட அறிவுரைத்ததுதான் அது.

உலகெங்கிலும் மதங்கள் ஒடுக்கப்பட்ட மக்களுக்கு அவர்களின் துன்ப துயரங்களிலிருந்து விடுபட இப்படித்தான் கற்பனையான இன்பத்தைப் பல விதங்களிலும் காட்டின. ஆனால், அதனினும் தனித்துவமான கொடுமையானதாக உருவாக்கப்பட்டது இந்தியச் சாதியமைப்பு.

இந்தியச் சாதிய சமுதாயக் கட்டமைப்பு இப்படித்தான் உருவாக்கப்பட்டு வலுவாக்கப்பட்டது. அதன் உறுதிப்பாடு அடக்கு முறைகளாலும் ஆசை வார்த்தைகளாலும் நம்பிக்கை களாலும் இன்றுவரையில் கட்டுக்குலையாத வண்ணம் பாதுகாக்கப்பட்டிருக்கிறது. இந்த அடிப்படை நான்கு வர்ணங்களும்தாம் தொழிற்பெருக்கத்தின் விளைவால் உள்ளுக்குள் பிரிந்துபிரிந்து காலப்போக்கில் பலநூறு சாதிகளாகப் பல்கிப் பெருகியிருக்கின்றன.

ஆக, எளிய மக்களின் உழைப்பைச் சுரண்டவே இந்தச் சாதிப் பிரிவுகள் உருவாக்கப்பட்டிருக்கின்றன என்பதும், இதுதான் இந்த நாட்டின் வளர்ச்சிக்கே மிகப்பெரும் தடையாக நீண்ட நெடுங் காலமாக இருந்து வருகிறது என்றும் புரிந்துகொண்டால் இதனை எதிர்த்துப் போராடுவது இந்த தேசத்தின் முன்னேற்றத்துக்கு இன்றியமையாத தேவையும் முன்நிபந்தனையுமாகும் என்பது விளங்குமல்லவா?

இப்படியான வரலாற்று முக்கியத்துவமான உன்னதப் பணியை சிரமேற்கொண்டு, அதற்காக நாளும் பொழுதும் களமாடிய நம் காலத்து நாயகன்தான் தந்தை பெரியார். தவிர்க்கவியலாததுதான் அவரின் அந்தச் சமூகச் சீர்திருத்தப் பெரும்பணி என்பதும் இப்போது சொல்லாமல் புரியுமல்லவா?

அதுவொரு அசமத்துவத்தை எதிர்த்த போர். இந்த மண்ணில் நீண்ட நெடிய காலமாக - ஆயிரக்கணக்கான ஆண்டுகளாக

இடைவிடாமல் நடந்து வருகிற ஒரு யுத்தத்தின் தொடர்ச்சிதான் அது.

பிறப்பின் அடிப்படையில் ஏற்றத் தாழ்வு கற்பிக்கும் சாதீயத் துக்கு எதிரான அந்த யுத்தத்தின் தொடர்ச்சியை இயன்றவரையில் மிகவும் நாகரீகமாகவும் மனிதத்தன்மையோடும் நடத்திக்காட்டி யவர்தான் தந்தை பெரியார்.

பெரியார் எதிர்ப்பாளர்களும், வர்ணாசிரம ஆதரவாளர்களும் அவரைக் கடவுளின் எதிரி என்றும் அவரையொரு பிராமண துவேஷி என்றும் அவர் களம் கண்டு இயங்கிக்கொண்டிருந்த காலம் முழுவதும் சொல்லிக்கொண்டிருந்தார்கள். அவர் இல்லாத இன்றும் சொல்லிக்கொண்டிருக்கிறார்கள். உண்மையில் அவர் பிராமணர் என்ற சமூகப்பிரிவினரை எதிர்த்தாரா அல்லது அவர் களது பிடிவாதகரமான சமூக நடவடிக்கைகளை - கொள்கை களை எதிர்த்தாரா? ஏன் பிராமணர்களை மட்டும் அவர் கடும் விமரிசனத்திற்கு உட்படுத்தினார்?

சமுதாயத்தின் எந்தப் பிரிவின் நன்மை கருதி சாதீயம் இங்கே அமலாக்கப்பட்டதோ அந்தப் பிரிவான மனிதக்கூட்டத்திற்கு எதிர்ப்பு உருவாவது இயல்புதானே? அதுதானே உலகத்து இயற்கையாக இருக்கமுடியும்? ஆக, சாதீய சமுதாயத்தின் ஆகப்பெரும் நன்மைகளைக் காலம் காலமாக அனுபவிக்க உரிமை படைத்தவர்களாக பிராமண சமூகம் இருந்துவந்தது என்பதும் வரலாற்று உண்மைதானே?

அதனால்தானே ஒரேவிதமான குற்றச் செயல்களுக்கு பிராம ணருக்கு சலுகைகளோடான மென்மையான தண்டனையும், பிற சமூகத்தாருக்குக் கொடும் தண்டனைகளும் என்று மனுநீதி நூலும் வலியுறுத்தியது?

அறிவியலும் அதனால் மனித அறிவும் வளர்ந்துவிட்ட இந்தக் காலத்திலும் சாதீய ஏற்றத்தாழ்வை ஒருவர் நியாயப்படுத்தினால் அதற்கு எதிராகக் குரலெழுப்புவதுதானே உண்மையான சமூகப் பணியாக இருக்க இயலும்?

தனது வாழ்நாள் முழுவதும் பெரியார் மேற்கொண்ட சாதியொழிப்புப் பணியில் அவர் காட்டிய - கற்றுத்தந்த நாகரீகம் உலகம் வியக்கக்கூடியதாகவே இருந்தது. அதை அவரது வாழ்வின் சாட்சியத்துடனேயே பார்த்துவிடுவோம்!

2

வர்ண பேதமே
வர்க்க பேதமாக

ஆதிப் பொதுவுடைமைச் சமுதாயமாக மனித குலம் ஏற்றத்தாழ்வற்ற வேட்டைச் சமுதாய வாழ்க்கை வாழ்ந்துவந்த நிலையில், மனிதன் நிலத்தைப் பண்படுத்தக் கற்று, நிலைபெற்று வாழத் தொடங்கிய தருணம் உலகெங்கும் பெரும்பாலான மனித சமுதாயங்கள் ஆண்டான் - அடிமை என்று இரு வர்க்கங்களாகப் பிளவுண்ட ஒரு வளர்ச்சிக் கட்டத்தை அடைந்தது. விசித்திரம் என்னவென்றால் இந்திய நிலப்பரப்பில் அதுவே நான்கு வர்ணங்களாகப் பிளவுபடுத்தப்பட்டது. ஆக, இங்கே சாதிமுறையே துவக்கத்தில் வர்க்கப்பிரிவு என்றானது.

இப்படி ஆண்டான் - அடிமைகளுக்கு இடையில் முரண்பாடுகள் தோன்றி, அவை மோதலில் முடிந்த போது, ஏற்கெனவே மனிதனின் அச்சத்தாலும், நிலையற்ற வாழ்க்கை நெருக்கடிகளாலும் அவனது கற்பிதத்தில் உதித்த கடவுள் மெல்லமெல்ல சர்வ வல்லமைபெற்ற தெய்வங்களாகி, நிறுவனமயப்பட்ட மதங்கள் தோன்றின. உலகெங்கும் மதப் பீடங்கள் வைத்ததே சட்டங்களாயின.

அதேவேளையில் நாம் முந்தைய அத்தியாயத்தில் பார்த்ததுபோல இந்திய நிலப்பரப்பில் நான்கு வர்ணங் களுள் முதல் வர்ணமான பிராமண வர்ணம் ஆதிக்க சக்தியாக உருவெடுத்து, நிலைபெற்றது. அதனை அடியொற்றிய சத்திரிய வர்ணம் அரசாளவும், வைசிய

வர்ணம் வணிகம் முதலானவற்றைக் கையில் கொள்ளவுமாக இந்த மூன்று மேல் வர்ணங்களும் நான்காம் வர்ணமாகிய சூத்திர வர்ணத்தின் உழைப்பைச் சுரண்டிக் கொழுத்தன. ஆக, அந்தத் துவக்ககால இந்தியாவில் வர்ணபேதமே வர்க்க பேதமாக நடைமுறையில் இருந்தது.

நிலவுடைமைச் சமூதாயத்திலேயே சீர்திருத்த சிந்தனைகள் கிளர்ந்து எழத் துவங்கிவிட்ட நிலையில் வர்ண அமைப்பும் அடிக்கடி மாறிவந்தே தன் இருப்பைத் தக்கவைத்துக் கொண்டது.

பிரிட்டிஷார் வருகையும், அவர்களின் தயவில் வந்துசேர்ந்த ரயிலும், நவீனத் தொழிற்கூடங்களும் இந்த மண்ணில் கோலோச்சிவந்த நிலவுடைமைச் சிந்தனையில் லேசான ஆட்டங்களைப் பின்னாளில் ஏற்படுத்தின. அது இந்தியாவின் நவீன முதலாளித்துவத்தின் துவக்கத்தைப் பறையறிவிப்பதாய் இருந்தது.

மதங்களும், அவை மக்கள் மனங்களில் பதிவு செய்த நம்பிக்கை சார்ந்த கருத்துக்களும் வர்க்க - வர்ண மோதலைத் தடுத்தாட்கொள்ளும் பெரும்பணியைச் செவ்வனே செய்தன.

சுரண்டும் வர்ணங்களுடன் சுரண்டப்பட்ட வர்ணம் மோதாமல் தெய்வங்கள் காவல் நின்றன.

வன்முறை அடக்குமுறைகளால் மட்டுமல்லாமல் கருத்தியலாலும் பெரும்பகுதி மக்களை அடக்கியாள மதங்கள் ஆளுவோர்க்கு உதவின.

பளிச்சென உலகின் பிற தேசங்களைப்போல இரண்டு வர்க்கங்களாகப் பிளவுபடாத இந்திய வர்ண சமூகத்தின் உச்சத்திலிருந்த பிராமணர், அந்தச் சமூகத்தின் அனைத்துவித நன்மைகளையும் அடைதல் சுலபமாகிப்போனது.

அதற்கடுத்திருந்த சத்திரிய வர்ணத்தார் தமக்குக் கீழே வைக்கப் பட்டிருந்த இரு வர்ணத்தாரின் தலையில் ஏறி அவர்களை அடிமைப்படுத்தியபடியே தமக்கு மேலேயொரு வர்ணமாக இருந்த பிராமணரைத் தாங்கிச் சுமக்கவும் வேண்டியிருந்தது.

இந்தப் படிநிலை வர்ணாசிரமத்தின் அடியில் நசுக்கப்பட்ட மனிதக்கூட்டமாக சூத்திர வர்ணத்தார் இருந்தனர். அவர்கள் மற்ற மூன்று வர்ணத்தாருக்கும் சேவை செய்யவே பிறந்தவர்களாக விதிக்கப்பட்டிருந்தனர்.

காலப்போக்கில் நான்கு வர்ணங்கள் ஐந்தானதும், ஐந்தாவது வர்ணமாகப் பஞ்சம சாதி உருவானதும் இந்தியச் சோகத்தின் இன்னொரு துயரகரமான வளர்ச்சி.

இதுதான் இரண்டாயிரம் ஆண்டுகளுக்கும் மேலான இந்திய நிலைமை என்றாலும் இது மட்டும்தானா இந்தியக் காட்சி என்றால் இல்லை என்றே சொல்ல வேண்டும்.

வரலாறு நெடுகிலும் வர்ண பேத அமைப்பை எதிர்த்த கலகக் குரல்களும் கேட்டவண்ணமிருந்தன. அந்த வரலாற்றையும் சுருக்கமாகப் பார்ப்போம். ஏனெனில், அதன் தவிர்க்கவியலாத தொடர்ச்சியாகத் தோன்றி, தமிழ் மண்ணில் தனித்துவமான தடத்தை அழுத்தமாகப் பதித்த தந்தை பெரியாரை மிகச் சரியாகப் புரிந்துகொள்ள இந்த முன் வரலாறுகள் நமக்கு நிச்சயம் உதவும் என்பதால்.

3

கலகக் குரல்களின் நெடுங்கணக்கு

இந்திய மண்ணில் சாதியத்தின் வித்து ஊன்றப் பட்ட காலந்தொட்டே அந்தச் சாதியத்தை எதிர்த்த கலகக் குரல்களும் உருவாகிவிட்டன.

கி.மு. ஏழாம், ஆறாம் நூற்றாண்டுகளிலேயே வேதமறுப்புச் சிந்தனை மரபு செழிக்கத் தொடங் கியிருந்தது. உபநிஷத் தத்துவங்கள் உருவாகிக் கொண்டிருந்த காலத்திலேயே அவற்றை எதிர்த்த கருத்துக்களும் தோன்றத் தொடங்கிவிட்டன.

வேத மறுப்பாளர்கள் அப்போதே இந்த உலகின் - இந்த வாழ்வின் புதிர்களை வைதீகக் கருத்துக்களுக்கு வெளியே சென்று அவிழ்க்க முயன்றனர்.

முதல் மூன்று வேதங்களிலும் இல்லாத ஒரு பெரும் முயற்சி நான்காவது வேதமான அதர்வன வேதத்தில் காணக்கிடகிறது. ஆரியர் - ஆரியர் அல்லாதார் வழிபாட்டு முறைகளை, சடங்குகளை, மந்திர தந்திரங்களை இணைக்கிற முயற்சிதான் அது. வர்க்கபேத நிலையிலேயே ஆரியர் - ஆரியர் அல்லாதார் என்ற அந்த வேற்றுமைகளை அகற்றும் முயற்சிகள் நடந்திருக்கின்றன.

அதாவது, பொருளாதார ஏற்றத்தாழ்வுகளுக்கு அப்பால் இன அடிப்படையிலான வேறுபாடுகளுக்குத் தீர்வு காணும் சிந்தனைகளின் தேவையும் ஒரே

நிலப்பரப்பில் வாழும் மக்களிடையே உருவாவதும் இயல்புதான் என்ற அடிப்படையிலான முயற்சிகள் அவை. அவற்றை இந்திய வேதங்களின் சிந்தனைப் பரிணாம வளர்ச்சி, கால மாற்றத்தால் விளைந்த மாறுதல்கள் என்றே புரிந்து கொள்ளலாம்.

இன்னொரு முக்கியமான விசயம் என்பது வைதீகத் தத்துவ இயல்களைவிட வைதீகமல்லாத தத்துவ இயல்கள் இந்தக் கலப்பு முயற்சியில் அதிக ஆர்வம் காட்டியிருக்கின்றன. அதாவது, துவக்கம் முதலே வைதீகம் தன்னை மாற்றங்களுக்கு உட்படுத்திக்கொள்ளாமல் பிடிவாதம் காட்டியிருப்பது கவனம் கொள்ளத்தக்கது.

சாதி வேற்றுமைகளையும், இன வேற்றுமைகளையும் களைந் தெறிய விரும்பினார் கௌதம புத்தர். சமணம், ஆசீவகம் போன்ற மதங்களும் வேற்றுமைகளுக்கெதிரான இதேவிதமான முயற்சிகளையே செய்தன.

பாபா சாகேப் அம்பேத்கர் இப்படிக் கூறுகிறார்:

> **பண்டைக்கால இந்தியாவில் பிராமணர்கள் மட்டும்தான் கல்விகற்ற வகுப்பாக இருந்தார்கள். அவர்கள் தங்களை மற்ற வகுப்புக்களையும்விட மேலானவர்களாகக் கூறிக் கொண்டார்கள். இவ்வாறு கூறிக்கொள்வதைப் புத்தர் எதிர்த்து அவர்களுக்கெதிராகப் போர் தொடுத்தார்!**

ஆக, வர்ணாசிரம - சாதியமுறை அமைப்பிற்கு எதிராக ஆதியிலேயே களம் கண்டவர் கௌதம புத்தர். அவரை எதிர்த்து சாதியத்தை நிலைநாட்டிக்கொள்ளவே மனுநீதி நூல் எனும் ஸ்மிருதிகள் இயற்றப்பட்டதாகவும் அம்பேத்கர் கூறுகிறார்.

> **புத்த சமயத்தின் சமூக சமத்துவக் கொள்கையை முறியடிப்பதற்கு ஸ்மிருதிகள் எழுதப்பட்டன. ஸ்மிருதிகள் சட்டப் புத்தகங்கள் என்று கூறப்படுகின்றன. இது அவற்றின் உண்மைத் தன்மையை மறைக்கிறது. உண்மையில் அவை பிராமணர்களின் உயர்ந்த நிலையையும் அவர்களின் சிறப்புரிமைகளையும் வலியுறுத்திக் கூறும் புத்தகங்களாகும்!**

இவ்வாறு இந்தியச் சாதியத்திற்கெதிரான யுத்தத்திற்கு ஈராயிர மாண்டுகளையும் கடந்த வரலாறு இருப்பதையும் கணக்கில் கொள்ள வேண்டும்.

சார்வாகரும், கபிலரும், வர்த்தமான மகாவீரரும், இவர் களைப் போன்ற வேறுபலரும் வேத - வர்ணாசிரம முறைகளுக்கு எதிராகத் தங்களது தத்துவங்களை இந்த மண்ணில் வலுவாக முன்வைத்தே வந்துள்ளனர். வள்ளலார் இராமலிங்க அடிகளும் கேரளத்தின் நாராயண குருவும் இன்ன பிறரும்கூட வைதீகத் திற்கெதிரான இந்தத் தொடர் சமரின் தளகர்த்தர்களே ஆவர்.

தமிழ் மரபுச் சித்தர்கள் சாதி, மத மாச்சரியங்களைக் கடுமை யாகச் சாடியிருக்கிறார்கள்.

பறைச்சியாவதேதடா
பனத்தியாவதேதடா
இறைச்சிதோல் எலும்பினும் இலக்கமிட்டிருக்குதோ
பறைச்சி போகம் வேறதோ
பனத்தி போகம் வேறதோ
பறைச்சியும் பனத்தியும்
பகுத்துப்பாரும் உம்முளே –

-என்று சாதி வேற்றுமையைக் கடும் சொற்களால் மட்டுமல் லாமல், தர்க்க ரீதியிலும் அறிவார்ந்த விதத்தில் கேள்வி எழுப்பிச் சாடினார் சிவவாக்கியார்.

சாத்திரங்கள் ஓதுகின்ற சட்டநாத பட்டரே
வேர்த்துஇரைப்பு வந்தபோது வேதம் வந்து உதவுமோ?

-என்றும்,

பூசைபூசை என்றுநீர் பூசைசெய்யும் பேதைகாள்
ஆதிபூசை கொண்டதோ அனாதி பூசை கொண்டதோ–

-என்றும்,

நட்ட கல்லைத் தெய்வமென்று நாலுபுட்பம் சாத்தியே
சுற்றிவந்து முணமுணென்று சொல்லும் மந்திரம் ஏதடா
நட்டகல்லும் பேசுமோ நாதனுள் ளிருக்கையில்
சுட்டசட்டி சட்டுவம் கறிச்சுவை அறியுமோ?

-என்றும்

கவித்துவமும், தருக்க நியாயமும் கொண்டு வடமொழி வேதம் சார்ந்த வழிபாட்டு முறையை எள்ளி நகையாடுகிறார் சிவவாக்கியச் சித்தர்.

இப்படியாக, இந்தியப் பெருநிலம் முழுவதிலும் பரவி நிலை பெற்றுவிட்ட வர்ணாசிரம - சாதிய சமுதாயக் கருத்தியலை எதிர்த்த போர் என்பது ஒரு மிக நீண்ட நெடிய சங்கிலித் தொடர் போன்றதாகவே காலங்காலமாய் நடந்து வருவதாக உள்ளது.

சாதியத்திற்கெதிரான குரலின் காலப்போக்கிலான பரிணாம மாற்றத்தில் பெண்ணடிமை எதிர்ப்பும் ஒரு இன்றியமையாத

தேவையாக இணைந்துகொள்வதை வரலாற்றினூடாகக் கண்டு உணர முடியும்.

மனுநீதிதான் இப்படிச் சொல்லியிருந்தது:

> சண்டாளன் ஒருவனை, வீட்டு விலக்காகியுள்ள ஒரு பெண்ணை, அண்மையில் சாதிப்பிரஷ்டம் செய்யப்பட்ட ஒருவனை, பிரசவமாகியுள்ள ஒரு பெண்ணை, ஒரு பிரேதத்தை, பிரேதத்தைத் தொட்ட ஒருவனை யதேச்சையாகத் தொட நேர்ந்துவிட்டால் குளிப்பதன் மூலம் மீண்டும் ஒருவன் தனது பரிசுத்தத்தைப் பெறுவான்.

அதாவது, தாழ்த்தப்பட்ட மனிதனும், பெண்ணும், பிரேதத்துக்கு இணையான தீட்டாக்கப்பட்டிருந்த நிலை.

சாதிக்கொடுமையைப்போலவே பெண்ணடிமைக்கும் ஈராயிரம் ஆண்டுகளுக்கும்மேலான வரலாறு உண்டுதான். எனவே, சாதீய ஏற்றத்தாழ்வுகளும் பெண்ணடிமைத்தனமும் வர்ணாசிரமத்தின் மாற்ற இயலாத அம்சங்களாகவே இருந்தன.

இருந்தபோதிலும் பெண்ணடிமைத்தனத்திற்கு எதிரான குரல் சாதீய எதிர்ப்புபோல விரைவாகவும், பளிச்சென்றும், ஆக்ரோஷத்தோடும் ஒலித்திடவில்லை.

ஆணாதிக்கம் என்பது அத்தனை வலுவானதென்பதை அது காலம்தோறும் உணர்த்திக்கொண்டேயிருந்தது. ஆண்களின் உடைமைகளில் ஒன்றாகவும், போகப்பொருளெனவும் மட்டுமே பெண்ணைக் கருதிவந்த நிலைமையில் மெல்ல மெல்லவேனும் மாறுதல்கள் தோன்றத் தொடங்கியதே நவீனகாலமான 19, 20 ஆம் நூற்றாண்டுகளின் காலப்பொழுதினில்தான்.

நான்கு வர்ணங்களாக சமூகம் பிரிக்கப்பட்டிருந்தாலும்கூட நான்காவது பிரிவாகிய சூத்திரர்களின் நிலையும் சண்டாளர்களின் நிலையை ஒத்தே இருந்தது. அது மனுவில் இப்படி வலியுறுத்தப் பட்டிருக்கிறது:

> சூத்திரர்களுக்குக் கடவுள் விடுத்துள்ள ஒரே வேலை பிராமணர், சத்திரியர், வைசியர் ஆகிய மூன்று பிரிவினருக்கும் பணிவோடு ஊழியம் செய்வதே.

ஆக, சகலத்தையும் படைத்திட்ட கடவுளின் அன்பும் கருணையும் இந்தப்படியாகவே இருந்திருக்கிறது. இப்படியான பிளவுகளால் உண்டான முரண்கள் மோதல்களாகிவிடாமல் தடுக்கவே சட்டங்களும், கடவுளர்களின் கட்டளைகளும்,

தெய்வங்களின் கருணையும் கோபமும் ஏற்படுத்தப்பட்டுக் கொண்டே இருந்தன.

எல்லாவித அசமத்துவங்களையும் சமன் செய்ய உலகெங்கும் நடந்ததுபோல இங்கேயும் சிந்தனையாளர்களும் செயல்பாட்டாளர்களும் பாதிக்கப்பட்ட மக்களின் சார்பாகத் தோன்றிக்கொண்டே இருந்தார்கள்.

அப்படியான கலகக் குரல்களுக்கும் நெடிய வரலாறு இருந்தே வந்திருக்கிறது. சமத்துவத்துக்கான சங்கநாதச் சங்கிலியானது ஈராயிரம் ஆண்டுகளுக்கு முன்னரே தமிழ் நிலத்தில், "பிறப்பொக்கும் எல்லா உயிர்க்கும்" என்று முழங்கிய அறிவாசான் வள்ளுவம் தொடங்கி,

சூத்திரனுக்கொரு நீதி – தண்டச்
சோறுண்ணும் பார்ப்புக்கு வேறொரு நீதி
சாத்திரங்கள் சொல்லுமாயின் – அவை
சாத்திரங்களல்ல சதியென்று கண்டோம்!

எனும் இருபதாம் நூற்றாண்டின் ஜனநாயகத் தாகத்தோடு ஒலித்த பாரதி வரையிலான பிராமணீய எதிர்ப்புக் குரல்களின் வரலாறு மிக நீண்டதாகும்.

அந்தச் சங்கிலியின் அசைக்க முடியாத, மிக வலுவான தனித்துவம் மிக்க கண்ணிதான் தந்தை பெரியார்.

மரபார்ந்த எதிர்ப்புக் குரலை நவீன முறையில் நாகரீகத்தின் புத்தொளியோடு நாலா திசைகளிலும் பரவி எதிரொலிக்கச் செய்த பெருந்தகை பெரியார்.

புத்தர் முதலாக இங்கே ஒலித்தக் கலகக் குரல்களெல்லாமும் பொதுவில் பகைமையையோ, துவேஷத்தையோ அன்றி ஒருமைப்பாட்டையே அடிநாதமாகக் கொண்டிருந்தமையைக் கூர்ந்தும் நோக்கினால் உணர முடியும். அந்தத் தடமே மேதமைமிக்க பெரியாரினுடையதாகவும் இருந்திருப்பதைக் கவனிக்க வேண்டும்.

4

ராகுல்ஜி படம்பிடிக்கும் ஆரிய-கிரேக்க வேறுபாடு

இந்தியாவின் தலைசிறந்த சிந்தனையாளர்களில் முக்கியமானவரும், நுண்மாண் நுழைபுலம் மிக்க அறிவுஜீவியும் வால்கா முதல் கங்கை வரை உள்ளிட்ட மிகச் சிறந்த நூல்களின் ஆசிரியருமான ராகுல சாங்கிருத்யாயன் 'இந்து தத்துவ இயல்' எனும் தனது ஆய்வு நூலில் இவ்வாறு எழுதுகிறார்:

ஆரியர்கள் இந்தியாவுக்கு வருவதற்கு முன்பே சிந்து நதிப் பள்ளத்தாக்கில் அசீரியருக்கு (மெசபடோமியாவினருக்கு) சமகாலத்தவராகிய ஒரு நாகரீக இனத்தவர் வாழ்ந்து வந்தனர். அவர்களின் நிலப்பிரபுத்துவ சமுதாயம் அப் பொழுதே ஆப்கானிஸ்தானத்துக்குள் நுழைந்துகொண்டிருந்த தந்தைவழிச் சமுதாயத்தினரான ஆரியர்களைவிட உயர்ந்த நிலையிலிருந்தது.

முரடர்களும், போர் வீரர்களுமான ஜெர்மானியர்கள் நாகரீகமும் பண்பாடுமுள்ள ரோமானியர்களையும், அவர்களுடைய பெரும் சாம்ராஜ்ஜியத்தையும் கி.பி. நாலாம் நூற்றாண்டில் அழித்துவிட்டதைப்போலவே ஆரியர்களும் சிந்துப் பள்ளத்தாக்கில் வாழ்ந்திருந்த மக்களைத் தோற்கடித்து, அங்கே கி.மு. 1800 வாக்கில் தமது அதிகாரத்தை நிலைநிறுத்தினர்.

இதே காலத்தில் சிறிது ஏற்றத்தாழ்வுடன் மேற்கிலும் இந்திய – ஐரோப்பிய இனத்தைச் சேர்ந்த ஒரு பிரிவினரான கிரேக்கர்கள், கிரீஸில் வாழ்ந்து கொண்டிருந்த பழங்குடியினரைத் தோற்கடித்துத் தமது ஆட்சியை நிலைநாட்டினர். ஒரே சமயத்தில் பல நாடுகளில் மனித சமுதாய வளர்ச்சி ஒரேவிதமாக இல்லாவிட்டாலும் இந்திய – ஐரோப்பிய இனத்தின் இரு பிரிவுகளான கிரேக்கர்களும், ஆரியர்களும் ஒரேமாதிரியான வளர்ச்சியடைந்ததைக் கவனிக்கலாம். பிற்காலத்தில் அவ்வளர்ச்சி வேறுபட்ட தென்பதும் உண்மைததான். அவர்களில் ஒரு முக்கியமான வேற்றுமையை இங்கே குறிப்பிட வேண்டும். காலம் செல்லச் செல்ல இந்திய ஆரியர்களின் வளர்ச்சி தடைபட்டு நின்றுவிட்டது. அதனால் அவர்களது சமுதாய அமைப்பையே இளம்பிள்ளைவாதம் தாக்கிவிட்டது. அவர்களின் சமுதாயம் உயிருள்ள சவமாகிவிட்டது. இன்று அது நாலாயிரம் ஆண்டுகளில் புரிந்த முட்டாள்தனங்களின் காட்சிசாலையாக இருக்கிறது.

ஆனால், கிரேக்க சமுதாயம் சூழ்நிலையைப் பொறுத்து மாறிக்கொண்டே இருந்தது. இன்று நன்கு படித்த இந்தியர் களும்கூட வேதங்களையும், உபநிஷத்துக்களையும் இயற்றிய ரிஷிகளையும், முனிவர்களையும் எல்லையற்ற காலத்துக்கு முன்னமேயே சிந்தித்து, தத்துவங்களை எடுத்துக் கூறிய மேதைகளாகக் கருதுகின்றனர்.

ஆனால், இன்றைய ஐரோப்பியப் படிப்பாளிகள் கிரேக்கத் தத்துவாசிரியர்களான பிளேட்டோவையும் அரிஸ்டாட்டிலையும் தத்துவ இயலைச் சிறப்பாக ஆரம்பித்து வைத்தவர்களாகக் கருதினாலும் அவர்கள் எல்லாவற்றையும் சிந்தித்துவிட்டதாக நினைப்பதில்லை.

ராகுல்ஜி என்று அறிவுலகில் அன்போடு அழைக்கப்படும் ராகுல சாங்கிருத்யாயன் இங்கே படம்பிடித்துக்காட்டுவது என்ன என்று புரிகிறதா?

அவர் இருவிதமான கருத்துக்களை இங்கே முன்வைக்கிறார். ஜெர்மானியர்கள் ரோமானியர்களை வென்றதுபோலவே ஆரியர்கள் சிந்துப் பள்ளத்தாக்கில் வாழ்ந்திருந்த பூர்வகுடி மக்களைத் தோற்கடித்துத் தமது அதிகாரத்தை நிலைநாட்டினர்.

ஆரியர்களைப்போலவே மேற்கில் கிரேக்கர்கள் கிரீஸில் வாழ்ந்துகொண்டிருந்த பழங்குடியினரைத் தோற்கடித்துத் தமது ஆட்சியை நிலைநாட்டினர்.

பல நாடுகளிலும் ஒரே சமயத்தில் மனித சமுதாயத்தின் வளர்ச்சி ஒரே மாதிரி இருக்கவில்லை. ஆனாலும், இந்தோ - ஐரோப்பிய இனத்தின் இரு பிரிவுகளான கிரேக்கர்களும், ஆரியர்களும் ஒரே மாதிரியான வளர்ச்சியை அடைந்தார்கள். ராகுல்ஜி முன்வைக்கும் முதல் கருத்து இது.

அவரது இரண்டாவது முன்வைப்பு இவ்வாறு இருக்கிறது. அதில் அவர் ஆரிய, கிரேக்க சமுதாயங்களின் வளர்ச்சியானது காலப்போக்கில் ஒன்றுபோல இல்லை என்கிறார். அதற்கு அவர் காட்டும் காரணங்கள்தாம் மிக முக்கியமானவை. மனதில் பதியவைத்துக்கொள்ளத்தக்கவை.

கிரேக்க சமுதாயம் சூழ்நிலையைப் பொறுத்து மாறிக் கொண்டே வந்ததையும், அவ்வாறு தன்னை மாற்றிக்கொள்ளாது பிடிவாதம் காட்டிய காரணத்தால்தான் வளர்ச்சியில் மிகப் பெரிய தேக்கத்தை இந்திய சமுதாயம் அனுபவிக்க நேர்ந்த சோகத்தையும் ராகுல்ஜி பதிவு செய்கிறார். இதைக் கவனிக்க வேண்டும்.

இந்தியச்சாதிய சமுதாயம் முட்டாள்தனங்களின் காட்சிசாலை யாக இருப்பதாகவும், அதனை இளம்பிள்ளைவாதம் எனும் நோய் தாக்கிவிட்டதாகவும், அதனால் அது உயிருள்ள சவமாகி விட்டதாகவும் கடுமையாகச் சாடுகிறார்.

ராகுல சாங்கிருத்யாயன் தனது இந்து தத்துவ இயல் நூலில் சொல்லியிருப்பதன் பொருள் என்னவென்று தெளிவாகிறதல்லவா?

கிரேக்கர்களும் ஆரியர்களும் ஒரேவிதமாகத் தமது ஆளுமையை நிலைநாட்டியபோதிலும் இன்றைய ஐரோப்பியப் படிப்பாளிகள் கிரேக்கத் தத்துவாசிரியர்களான பிளேட்டோவையும் அரிஸ்டாட்டி லையும் தத்துவ இயலைச் சிறப்பாக ஆரம்பித்துவைத்தவர்களாகக் கருதினார்கள், ஆனாலும் அவர்கள் எல்லாவற்றையும் சிந்தித்து விட்டதாக இன்றளவும் நினைப்பதில்லை.

மாறாக, நன்கு படித்த இந்தியர்களும்கூட இன்றுவரையிலும் வேதங்களையும், உபநிஷத்துக்களையும் இயற்றிய

ரிஷிகளையும், முனிவர்களையும் எல்லையற்ற காலத்துக்கு முன்னமேயே சிந்தித்து, தத்துவங்களை எடுத்துக்கூறிய மேதை களாகக் கருதுகின்றனர்.

அதாவது, எல்லாவற்றையும் குறித்த அறிவும், அறிவியல் சிந்தனைகளும் இங்கே அநாதிகாலந்தொட்டே முழுவளர்ச்சி பெற்றிருந்ததாக முட்டாள்தனமாக நம்பிக்கொண்டிருக்கின்றனர்.

இதனால், இந்தியச் சிந்தனை மரபு பொதுவில் எந்தவிதமான அறிவியல் முன்னேற்றமும் காணாது தேக்கம் பெற்றுவிட்டது என்பதே அவரது அந்தக் கடும் கோபத்திற்கும் குற்றச்சாட்டுக்கும் காரணம் என்று உணர முடிகிறது அல்லவா?

யோசித்துப்பாருங்கள்...

ஆரியப்பட்டா போன்ற விண்ணியல் மேதைகள் தோன்றிய இந்திய மண்ணில்தானே வர்ணாசிரம சாதிய அமைப்பும், அதைக் கட்டிக்காக்க உண்டான மத மூடநம்பிக்கைகளும் அந்த அறிவியலை மேலும் தொடர்ந்து வளர வொட்டாமல் செய்துவிட்டன! அறிவியலான வானவியல் என்பது மூடநம்பிக்கைகளால் சூழப்பட்டு, சோதிடவியல் என்றான சோகம்தானே அவர் சொன்ன இந்தியத் தேக்கம்! ராகுல்ஜியின் கணிப்பு இன்றுவரையில் பொய்க்காமல் தொடர்கிற ஒன்றல்லவா? அதிலும் முன்னைவிட இன்று அது தீவிரமடைந்துள்ளது என்பதும் உண்மையல்லவா? பிள்ளையாருக்கு யானைத்தலை இருப்பது அந்தக் காலத்திலேயே நம் நாட்டில் பிளாஸ்டிக் சர்ஜரி இருந்ததன் அடையாளம்தான் என்று நமது பிரதமரே அறிவியலாளர்கள் மத்தியில் பேசினாரா இல்லையா?

அறிவியலின் அனைத்து நவீன சிந்தனைகளும், கண்டுபிடிப்பு களும் வேதங்களிலேயே உள்ளன என்றெல்லாம் 'இந்துத்துவ' ஆட்சியாளர்கள் கதைப்பது தொடர்கிறதா இல்லையா?

இதைத்தானே ராகுல்ஜி வளர்ச்சித் தேக்கமென்றும், பீடித்திருக் கும் இளம்பிள்ளைவாதம் என்றும், முட்டாள்தனங்களின் காட்சி சாலையென்றும், உயிருள்ள சவம் என்றும் கடுமையாகத் தாக்கி யிருக்கிறார்.

ஆக, இந்திய சமுதாயத்தில் நடைபெறும் சமத்துவத்துக்கான வர்க்கப்போரின் பிரிக்க முடியாத ஒரு மிக முக்கியப்

சோழ. நாகராஜன் / 45

பகுதியாகத்தானே சமூகநீதி, சாதிய சமத்துவம் இவற்றுக்கான போராட்டங்களும் மூடநம்பிக்கைகளுக்கு எதிரான போராட்டங்களும் இருக்க முடியும்?

மனிதர்களைப் பொருளாதாரத்தில் ஏழையாக மட்டுமல்லாமல், சாதிய ரீதியில் அடிமையாகவும் நிலைபெற்றிருக்கச் செய்திருக்கும் விநோதமான அமைப்பாக இருப்பதல்லவா இந்தியச் சமுதாய அமைப்பு?

ஏழையென்றும் அடிமையென்றும்

எவனுமில்லை என்று அதனால்தானே பாரதியின் சுதந்திர இந்தியக் கனவு மிகத் துல்லியமான சமத்துவத்தைச் சொல்லியது?

வர்ணபேதம் எனும் சாதிய ஏற்றத்தாழ்வை ஒழிப்பதையே தனது வாழ்நாள் பணியாகச் சிரமேற்கொண்டு பணியாற்றிய தந்தை பெரியாரின் அழுத்தமான தடம் எத்துணை வரலாற்று முக்கியத்துவம் வாய்ந்தது என்பதைப் புரிந்துகொள்ளவே இத்தனை வரலாற்று முன் நிகழ்வுகளையும் நாம் எண்ணிப்பார்த்தல் அவசியமாகிறது.

இனி பெரியாருக்கு வருவோமா?

இயல் 2
பெரியாரின் காலம்

> "கடவுள் எல்லாவற்றையும் படைத்து இரட்சிப்பது உண்மையானால் ஏன் மக்களில் ஒருவருக்கு ஒருவர் வித்தியாசமாயிருக்க வேண்டும்? ஏன் ஒருசிலர் பணக்காரராகவும், பலர் வறுமையில் உழல வேண்டும்? ஒருவர் முயற்சி வெல்வதும் மற்றவர் முயற்சி தோற்பதும் ஏன்?"

— தந்தை பெரியார்

5

பழமையின் எதிரியா - துவேஷியா?

சாதீய ஏற்றத்தாழ்வுகளை ஏற்படுத்தி, அதனைக் கட்டிக்காக்க உண்டானது வைதீக இந்துமதம் எனச் சொல்லப்பட்ட பிராமண மதம். இரும்புக் கரங்களையும் கோரப்பற்களையும் கொண்டு கொடூர அடக்குமுறைகளால் மனிதர்களைப் புழுக்களிலும் கேவலமாக நடத்திவந்த சாதியமுறை தீவிரமாக அமலில் இருந்த காலம் அது. இந்திய நிலப்பிரபுத்து வத்தின் முகவிலாசமான சாதிய ஏற்றத்தாழ்வுகள் உச்சத்தில் கோலோச்சிவந்த காலம் அது.

இந்த ஏற்பாட்டினால் சமுதாயத்தில் உயர்நிலையிலிருந்த பிராமண சாதியார் ஆகக் கூடுதலான பலன்களை அடைந்தனர். இன்னும் சொல்லப் போனால் பிராமணர்கள் மற்றும் அரசர்களின் நன்மைக்கான ஏற்பாடாகவே அந்தச் சனாதன இந்து தர்மம் உருவாக்கப்பட்டிருந்தது. இது குறித்து முன் அத்தியாயங்களிலேயே பேசினோம்.

இந்தச்சாதீய அடுக்குமுறையில் பிராமணர்களுக்கு அடுத்து இருந்த சாதியாருக்கு பிராமணர்களிலும் சற்றுக் குறைவான நன்மைகளையும் அவர்களின் தலைக்கு மேலே பிராமணர்களின் சுமையையும் ஏற்றியது வர்ணமுறை. இந்த ரீதியிலேயே கீழ்நோக்கி இறங்க இறங்க நன்மைகள் குறைவாகவும் சாதீய ஒடுக்குதல் எனும் பாரம் அதிகமாகவும் விதிக்கப்பட்டது.

இப்படியே சமுதாயத்தின் கடைக்கோடியில் வைக்கப்பட்ட மனிதனை உயிர் வாழ அனுமதித்ததே அவனுக்குத் தரப்பட்ட ஆகப்பெரிய நன்மை என்றானது. மாறாக சமுதாயத்தின் ஒட்டு மொத்த அடக்குமுறையையும் தாங்கவேண்டிய நிர்ப்பந்த வாழ்க்கை அந்தக் கடைக்கோடிச் சாதிக்காரனுக்கு.

ஒரே சமுதாயத்தில் அக்கிரகாரமும் சேரியும் எப்படி? ஏன்? இந்த இரண்டையும் ஒழிப்பதே என் முதல் பெரும் கடமை! அது ஒன்றே இலட்சியம் என முழங்கியவர்தான் பெரியார். இந்தப் படிநிலை அநீதிச் சமூகத்தை எதிர்த்துச் சிங்கமெனக் கிளம்பியவர்தான் அவர்.

இந்தியாவின் 20ம் நூற்றாண்டின் ஈடு இணையற்ற சிந்தனை யாளர்களுள் தனித்துவம் வாய்ந்தவர் பெரியார்.

'வர்ணாசிரமம்தான் உழைப்பைச் சுரண்டுகிறது, வர்ணாசிரமம் தான்மனிதருள்ளேஏற்றத்தாழ்வுகற்பிக்கிறது, வர்ணாசிரமம்தான் பெண்ணடிமை பேணுகிறது' என்றெல்லாம் பேசியும் எழுதியும் வந்தவர், அந்த வர்ணாசிரம எதிர்ப்பே தன் மூச்செனச் செயல் பட்டார்.

இந்தப் பிற்போக்குத்தனங்களுக்கெல்லாம் கடவுள், மதம், தலைவிதி போன்றவை முட்டுக்கொடுக்கும் தந்திரமான ஏற்பாடுகள் என்றுணர்ந்த பெரியார் இதன் பொருட்டே கடவுள் மறுப்பை, நாத்திகவாதத்தை முன்வைத்தார்.

இந்திய மண்ணில் உண்மையான நாத்திகப் பிரச்சாரம் என்பது வர்ணாசிரம எதிர்ப்பே என்று அவர் உறுதியாக நம்பினார். அதற்குக் காரணம், வர்ணாசிரமமே இங்கு ஆதிக்கம் செலுத்தும் முதல்பெரும் பிற்போக்குக் கொள்கையாக இருந்ததுதான்.

சனாதனத்தைப் பிடிவாதமாகப் பற்றிக்கொண்டிருந்த பிராமணர்கள் அவரைத் தங்கள் வைரியாகப் பார்த்தனர். தங்களது அடித்தளத்தையே தகர்க்கிறதாக பெரியாரின் கருத்துக்களை அவர்கள் கருதினர்.

எனவே, சாதிய நடைமுறை குலைந்து, வர்ணக்கலப்பு ஏற்பட்டால் ஒட்டுமொத்த சமுதாயமே சீரழிந்து, பாழ்பட்டுப் போகும் என்றும் அந்தப் பிடிவாதம் அவர்களை நீலிக்கண்ணீர் விடவைத்தது.

தங்களது சத்ருவான பெரியாரை முடக்கிப்போட யாகங் களைக்கூட அவர்கள் நடத்தினர். ஆனால், எதற்கும் கலங்காமல்

சாதியொழிப்பின் வாயிலாக ஒரு பொன்விடியலை இந்த மண்ணில் ஏற்படுத்திடச் சங்கநாதம் முழங்கினார் பெரியார்.

பெரியாரை பிராமண துவேஷி என்றார்கள் சாதிய அபிமானிகள். ஆனால், உண்மையில் பெரியார் சனாதன பிராமணர்களை அவர்கள் பற்றி நின்ற பிராமணீயக் கொள்கைகள் காரணமாகக் கருத்தியல் ரீதியாக மட்டுமே எதிர்த்து நின்றபோதிலும் தனிப்பட்ட முறையில் பிராமணர்களோடும், வேறெவரோடும் அவர் வேற்றுமை பாராட்டியதே இல்லை என்பதே அப்பழுக்கற்ற அவரது நீண்ட நெடிய வாழ்க்கை நமக்குச் சொல்லும் செய்தியாகும்.

பிராமணியத்தை வெறுத்து, அதனுடன் கடும் சமர் புரிந்த அவர் பிராமணர்கள் என்பாருக்குள்ளும் மனிதர்களைத் தேடியிருக்கிறார் என்பதே உண்மை.

பிறப்பின் அடிப்படையில் உயர்வு - தாழ்வு எனும் இழிவு நடை முறை எத்தகைய அறிவீனமானதோ அதுபோன்றதே பிறப்பை வைத்துமட்டுமே ஒருவனுடன் பகைமை பாராட்டுவதும் என்ற மிக உயரிய சிந்தனைக்கு, மிகச் சரியான சிந்தனைக்கு உரியவர்தான் பெரியார். அவரது வாழ்வே அதற்கும்கூட சாட்சியம் உரைக்கின்றது.

அவர் களம் காணத்தொடங்கிய நாள் முதல் இன்றுவரையில் அவரை பிராமண துவேஷி என்கிறவர்களின் கூற்றில் எந்தளவு உண்மையிருக்கிறது என்று பார்ப்பது ஒரு தேவை என்றால் இன்றைக்கு மதவெறியூட்டப்படுகிற பாசிச இந்தியச் சூழலில் அறிவுடையசமுதாயத்தைச் சமைக்கவிரும்பிய பெரியார் போன்ற நவயுகச் சிற்பிகளை மிகச் சரியாகப் புரிந்துகொள்ளவேண்டிய கடமையும் பொறுப்பும் ஜனநாயகத்தில் பெருநம்பிக்கை கொண்டுள்ள நம்மைப் போன்றோர்க்கு உள்ளதென்பது இன்னொரு முக்கியத் தேவையாகும்.

ஒரு பழுத்த நாத்திகராகவே தன்னைத்தானே வளர்த்துக் கொண்டவர் பெரியார். தென்னிந்திய பௌத்தர் மூன்றாவது மாநாட்டில் அவர் ஆற்றிய உரையினூடாக அவர் இப்படிக் குறிப்பிடுகிறார்:

உலக வாழ்வில் மற்றொருவனுக்கு இம்சை இன்றி, பிறருக்கு எப்படி உபோயகப்படுவது என்பதையேதான் முக்கியக் கொள்கையாகக் கொண்டு உழைப்பவனுக்கு வேறு மதம் வேண்டுவதில்லை என்பதுடன் தேவகுமாரனும், நபியும்,

ஆழ்வாரும், ஆச்சாரியார்களும், நாயன்மார்களும், தெய்வீகமும், அற்புதங்களும் வேண்டியதில்லை என்பதே என் முடிவு. அம்மாதிரி தருமத்தையே அனுபவமாக்கத்தக்க விதமாய் இப்போது போதிக்கத்தக்க மதம் எதுவுமிருப்பதாக எனக்குத் தோன்றவில்லை... (குடியரசு – 15.04.1928)

இப்படி எல்லா மதங்களையுமே அவர் தேவையற்றது என்று சொல்லிவிட்டார். நம் வாழ்க்கையானது மற்றவருக்கு இம்சையாக இருக்கக் கூடாது, மாறாக பிறருக்குப் பயனுள்ள வாழ்க்கையை நாம் வாழவேண்டும் என்கிறார். இப்படிப் பட்டவரையல்லவா பிராமணர்களைத் துவேஷிக்கவே பிறந்தவர் என்கிறார்கள்?

6
ஆம் என்போம் பயமென்ன?

பெரியாரின் பிராமணீய எதிர்ப்பை வெறும் இயந்திர கதியில் புரிந்துகொள்ளக் கூடாது.

அது அடிப்படையில் போற்றுதலுக்குரிய மனிதத் தன்மை கொண்டது. எதிர்க்கப்பட வேண்டியதும், வரலாற்றின் நெடுகிலும் எதிர்க்கப்பட்டே வந்தது மான பிராமணீயம் எனும் சாதீயக் கருத்தியலுக்கு எதிராகத்தான் அவர் சமர்புரிந்தார். இதுதான் முற்றிலும் உண்மை.

ஆனாலும், பிராமணர்களே அந்தக் கோட் பாட்டை அதிகம் தூக்கிச் சுமந்ததால் இயல்பில் அது அவர்களுக்கு எதிரான போராகவே புரிந்து கொள்ளப் பட்டிருக்கிறது. வாய்ப்புகள் கிடைத்த போதெல்லாம் பெரியார் அதைத் தெளிவுபடுத்தி மறுக்கவும் செய்திருக்கிறார். தவறாகப் புரிந்துகொள்ள பட்டதைச் சமன்செய்கிற முயற்சிகளையும் அவர் மேற்கொண்டிருக்கிறார்.

ஒருமுறை துவேஷம் என்பது குறித்து பெரியார் இப்படிக் கூறினார்:

மனிதனுக்கு மனிதன் துவேஷம் பாராட்டக் கூடாது என்பது பொதுநீதி தத்துவத்தைப் பொறுத்த வரையில் ஆதாரமாய் இருக்கலாம். ஆனால், பொதுநீதிகள் யாவும் வாழ்க்கைக்கு ஒத்து வருகின்றனவா என்பதைச் சிந்தித்துப் பார்க்க வேண்டும்.

துவேஷ உணர்ச்சி தீமையை உண்டாக்கும் என்பது சரிதான். ஆனால், அந்த துவேஷத்தை உற்பத்தி செய்வதற்குக் காரணமாய் இருப்பது எதுவோ, அதை நீக்கினாலொழிய துவேஷ உணர்ச்சியை ஒரு குற்றம் என்று எப்படிக் கூறமுடியும்?

துவேஷம் ஒரு குற்றம் என்று தம்மீது குற்றம் சாட்டுபவர்கள் அத்துவேஷ உணர்வு தோன்றாதவாறு எச்சரிக்கையோடு காலத்திற்கேற்ற மாற்றங்களை ஏற்படுத்தினார்களா என்றால் இல்லையே என்று எவ்வளவு தெளிவாகத் தனது நிலைப்பாட்டை இங்கே நிறுவுகிறார் பாருங்கள்.

துவேஷம் தவறுதான் என்பதை அவர் மறுக்கவில்லை. துவேஷ உணர்ச்சி தீமையை உண்டாக்கும் என்பது சரிதான் என்றும் அவர் சொல்கிறார். ஆனால், குற்றம் சுமத்துபவர்கள் அதற்குக் காரணமாய் இருப்பது எதுவோ அது தோன்றாதவாறு எச்சரிக்கையோடு காலத்திற்கேற்ற மாற்றங்களை ஏற்படுத் தினார்களா என்று மிகச் சரியான கேள்வியை முன் வைக்கிறார் பெரியார். அப்படியான மாற்றம் அவர்களிடத்தில் வரவில்லையே என்கிறார்.

ஆக, பிராமண துவேஷி என்று தன்னைக் குற்றம் சாட்டுபவர்கள் எதன் காரணமாக அந்தத் துவேஷ உணர்ச்சி ஏற்பட்டது என்கிற நியாயமான பரிசீலனையை ஏன் செய்யவில்லை என்றும் கேட்கவேண்டாமா என்கிறார்.

அது முழுக்க முழுக்க நியாயமான கேள்விதானே?

ஏற்றத்தாழ்வைப் பராமரிக்கும் இந்தச் சாதிய முறையினால் கேடுகள் விளையவில்லையா என்கிற அவரது கேள்விக்கு பதில் சொல்லப்படவேயில்லையே.

சாதிய மேட்டிமை ஆதிக்கம் செய்வதனால் இங்கே என்ன கேடுகள் விளைகின்றன என்பதை முன்வைத்து பெரியார் தரும் அழுத்தமான விமரிசனத்தை விளக்கத்தைப் பார்ப்போம்.

பெரியார் மேலும் பேசுகிறார்:

ஆனால் இன்று திராவிடத்தில் என்ன காண்கிறோம்? வடநாட்டாரையும், பார்ப்பனரையும் திராவிட மக்கள் துவேஷிக்கின்றனர்.

உண்மைதான் – மறைப்பானேன்?

வடநாட்டான் 'தேசபக்தி'யைச் சொல்லி, வாணிபத்தில் சுரண்டுகிறான்! பார்ப்பான் இந்து மதத்தின் பேரால்

முன்னோர்கள் பேரால், நமது அறிவையும், ஆற்றலையும், செல்வத்தையும் மங்கச் செய்துவிட்டான்!

இதைத்தான் கூறுகிறோம், பல உதாரணங்களுடன் புள்ளி விவரங்களுடன் சரித்திர ஆதாரங்களுடன்!

நம்மைப் "பார்ப்பனத் துவேஷி" என்கிறார்கள். வட நாட்டுத் துவேஷி என்கிறார்கள்!

ஆனால், நாம் வெட்கப்படவில்லை. "ஆம்" – என்கிறோம்.

வடநாட்டு ஆதிக்கம் வளர்வதைத் தடுக்க முடியாத ஆட்சி முறையைக் கண்டிக்கிறோம். ஆரியத்தின் பஞ்ச தந்திர முறைகளையும், அக்கிரமச் செயல்களையும், மனு அநீதிகளையும் எதிர்க்கிறோம்!

பெரியார் மிகத் தெளிவாகவே சொல்லிவிட்டார். தேசபக்தியின் பெயராலும், இந்துமதத்தின் பெயராலும் இங்கே மோசடிகள் நடக்கின்றன என்பதே அவரது வாதம். அதை ஒப்புக்கொள்ள வேண்டும். அல்லது தகுந்த ஆதாரங்களோடு மறுக்க வேண்டும். அதை விடுத்து இதனைத் துவேஷம் என்பது முறையா? தான் எவை எவற்றையெல்லாம் எதிர்க்கிறேன் என்பதில் பெரியாரிடம் தெளிவு இருந்தது.

ஆரியத்தின் பஞ்சதந்திர முறைகளையும், அக்கிரமச் செயல் களையும், மனு அநீதிகளையும் எதிர்க்கிறோம் என்று துல்லிய மாகச் சொன்னவர்தான்,

முறைகளை எதிர்க்கிறோமேயொழிய தனிப்பட்டவர்களையல்ல...

என்றும் பளிச்சென விளக்கினார். அழுத்தம் திருத்தமாக விளக்கினார்.

எளிய தமிழ் மக்களின் இழிநிலைமையைக் கண்டு அவர் மனம் கடும் கோபம்கொள்கிறது. சாதீயத்தால் அடிமைப்பட்டு, துன்ப துயரங்களை அனுபவிக்கிற அந்த அப்பாவி மக்களின் மீதான பேரன்புதான் அவரது கோபத்திற்குக் காரணம். அவ்வாறாயின் அந்தக் கோபம் நியாயமானதுதானே? எல்லோருக்கும் வரவேண்டிய கோபம்தானே அது?

எனவேதான் சினம் கொப்பளிக்க மேலும் சொல்கிறார்:

ஆனால், வாயில் நஞ்சை வைத்திருக்கும் வரையில் நல்ல பாம்பைத் துவேஷிக்காமலிருக்க முடியவில்லையே!

மிட்டாய்த் தட்டை வண்டியில் வைத்துத் தள்ளி வயிறு பிழைத்து வந்த வடநாட்டான் நாளடைவில், ஆரிய பவனுக்குச் சொந்தக்காரனாகி விடுகிறான்.

தோள் மீது துணிமூட்டை தூக்கி விற்கும் வடநாட்டு 'சேட்' நாளடையில் 'செல்லாராம் ஆகிவிடுகின்றான்.

திதி, நட்சத்திரம், குறி, தர்ப்பையைக் காட்டி, நான்கணா வாங்கி வயிறு கழுவியவனின் மகன் அய்க்கோர்ட் நீதிபதியாகிறான்; திவானாகிறான்; மந்திரியாகிறான்!

கல்லைக் குளிப்பாட்டித் துணி உடுத்த நியமிக்கப்பட்ட பார்ப்பனக் கூலியாளின் பேரன், அதன் மூலம் சம்பாதித்துக் கல்வி கற்று, டாக்டராகி விடுகிறான்.

ஆனால், இந்த இரு கூட்டத்தாரையும் உள்ளேவிட்ட 'பெருந்தகையாளரின்' சந்ததிகள் போலீஸ்காரன் வேலைக்குப் போகின்றனர். தபால்காரராகின்றனர். ரிக்ஷா இழுக்கின்றனர்; மூட்டை தூக்குகின்றனர்; விறகு பிளக்கின்றனர்; இந்த வேலைகள்கூட கிடைக்காதவர்கள் பர்மா, மலேயா, இலங்கை, தென்ஆஃப்பிரிக்கா போன்ற இடங்களுக்குக் குடியேறி விடுகின்றனர்.

ஆனால், பார்ப்பனரில் பரம்பரை ஏழைகூடக் கைவண்டி இழுப்பதில்லை; உழுவதில்லை; விறகு பிளப்பதில்லை... ஏன்?

நம் ஏழைத் தொழிலாளிகளின் [திராவிட மக்களின்] சந்ததியரில் ஒருவர்கூட அட்வகேட் ஜெனரலாகவோ, திவானாகவோ, பத்திரிகையாசிரியராகவோ, டாக்டராகவோ, நீதிபதியாகவோ வரமுடியாத நிலைமையைக் காண்கிறோம்.

ஆனால், அதே சமயத்தில் இதே தொழிலாளர்களைவிட ஏழ்மை நிலைமையிலிருந்து கொண்டும், பாடுபட முடியாமல் சோம்பேறி வாழ்க்கை வாழ்ந்துகொண்டும் இருப்பவர்கள்மட்டும் உயர்ந்த நிலையை அடையக் காரணமென்ன?

-எவ்வளவு எவ்வளவு கோபம் கொப்பளிக்கும் சொற்கள். அந்தச் சொற்களுக்குப்பின்னே நிதர்சன உண்மை இல்லை என்று யாரும் சொல்லிவிட முடியுமா? நிஜம் துளியுமில்லை என்று துணிந்து நிரூபித்திட இயலுமா?

எந்தவொரு உடைமைச்சமூகமும் ஏற்றத்தாழ்வுகளும் கொடூர அடக்குமுறைகளும் வறுமையும் உடையதாகத்தான் இருக்க முடியும். ஆனாலும், பொருளாதார ஏற்றத்தாழ்வோடு கூடவே பிறப்பின் அடிப்படையிலான சாதியால் வந்த ஏற்றத்தாழ்வுமாக இரட்டைத் தாக்குதல்களல்லவா நம் சமூகத்தின் தனி அவலம்?

அதைச் சரிசெய்யக் கிளம்பிய ஒரு பேரன்பும் பேராண்மையு மிக்க பெரியார் எனும் ஒரு தலைவனைச் சரியாகப் புரிந்து கொண்டோமா?

நிதானமாகவும் விளக்கமாகவுமே அவரது கருத்து முன்வைப்பு இருந்திருக்கிறது. அதனால்தான் இதை இப்படி முடிக்கிறார்:

இதைச் சாவதானமாக ஆலோசித்துப் பார்க்குமாறு கூறுவதுதான் திராவிடர் கழகத்தின் வேலை. இதைத்தான் 'துவேஷ உணர்ச்சி' என்கிறார்கள்!

சொல்லட்டுமே ... 'ஆம்' என்போம்! பயமென்ன?"

தமது கருத்துக்களை அவர் எடுத்துவைத்த விதம் அறிவின்பாற் பட்டது. இந்தச் சமூகத்தின்மீதான தனது விமரிசனங்களைச் சாவதானமாக ஆலோசித்துப் பார்க்குமாறு நம்மை அவர் வேண்டும் விதம் வியக்கத்தக்கது. அவ்வாறு கோருவதுதான் அவரது தனிப்பட்ட வேலையா என்றால் அதுதான் திராவிடர் கழகத்தின் வேலை என்கிறார். அதுவும் கவனிக்கத்தக்கது.

அதையும்மீறி எவரேனும் தமது இந்த உன்னதப் பணியைத் துவேஷம் என்றே சொல்வார்களேயானால் பயமின்றி ஆம் என்போம் என்கிற அவரது உறுதிப்பாட்டின் காரணம் இங்கேயொரு சமத்துவத்தை நிறுவுதல் என்பது அன்றி வேறென்ன?

அதே பெரியார்தான் தான் தனிப்பட்ட முறையில் பிராமணர்களை எதிர்க்கவில்லை என்பதை பலமுறை மேடைகளில் மீண்டும் மீண்டும் சொல்லியிருக்கிறார்.

தன்னைப் பற்றி இப்படியான தப்பெண்ணம் கொண்டோருக் காகவே பெரியார் எத்துணை கச்சிதமாகத் தம் குறிக்கோளை எடுத்துவைக்கிறார் பாருங்கள்:

வேற்றுமையில்லாத மனித சமுதாயம் வேண்டும் என்பதுதான் நமது குறிக்கோளே ஒழிய வேற்றுமை பாராட்டி யாரையேனும் ஒதுக்கி வைக்க வேண்டும் என்பதல்ல நமது குறிக்கோள்!

இப்படி மிகத்தெளிவாக அவர் கூறியிருப்பதிலிருந்தே பெரியாரின் கொள்கையின் அடிநாதம் எதுவென்று நமக்குப் புரிந்துவிடுகிறது அல்லவா? ஆனாலும், பெரியாரைப் புரிந்து கொள்ள மறுத்தார்கள் அந்த உயர் சாதியினர்.

சாதி முறையால் சமுதாயத்தில் உயர்ந்த இடத்தைத் தரும் பிராமணீயத்தை இறுகப் பற்றியிருப்பதிலேதான் தங்கள் வாழ்க்கையின் ஆதாரம் இருக்கிறதென்று பெரும்பாலான பிராமணர்கள் தவறாக எண்ணி, அந்த நிலைப்பாட்டில்

கொண்டிருந்த பிடிப்பின் காரணமாக பெரியாரை வெறுத்தனர். இன்றுவரையிலும் அது தொடரவும் செய்கிறது.

பிராமணீயத்தால் பிழைத்துவந்த, அதிகாரச் சவுக்கைச் சொடுக்கி வந்த ஏனைய இடைநிலைச் சாதி இந்துக்களில் பலரும் கூட பெரியாரை ஏற்க மறுத்தனர். ஆனால், எந்த நெருக்கடியிலும் பெரியார் தீரமுடன் இயங்கி வந்தார்.

சாதிக் கர்வமும், மூடநம்பிக்கையும் இந்தியர்களில் பிராமண சகோதரரிடம் மாத்திரம் இருப்பதாக எண்ணுவது பிசகு... என்கிறார் பெரியார்.

> **பிராமணரல்லாத சில வகுப்பாரிடமும், பஞ்சமரென்போரின் சில வகுப்பாரிடத்திலும் இருக்கிறது. ஆனால், இவர்கள் படிப்படியாய் மேல்சாதியார் என்போரிடத்திலிருந்துதான் கற்றுக்கொண்டவர்கள்.**

– 'நவரத்தினம்' என்ற தலைப்பில் குடிஅரசு 02.08.1925ல் எழுதியது.

அதாவது, சாதிக் கர்வமும் மூடநம்பிக்கையும் கொண்டிருந்தால் பிராமணர்களை மாத்திரமல்லாமல் பிராமணரல்லாத பிற சாதியாரையும் பெரியார் விமரிசிக்கத் தவறவில்லை என்பது விளங்குகிறதல்லவா? அதுமட்டுமா? ஒருமுறை கோபத்தோடு இப்படிக் கூறினார்:

> **என்னைச் சில பிராமணர்கள் வெறுத்து ஏசுகிறார்கள். ஆனால் ஒன்று. சிறுவயதிலேயே கணவனை இழந்தவள் என்பதால் மொட்டையடிக்கப்பட்டு, முக்காடு போடப்பட்டு, அமங்கலி என வீட்டிற்குள் மூலையில் உட்கார வைக்கப்பட்டிருக்கும் அந்த அக்கிரகாரத்து இளம் விதவைப் பெண்கள் என் பேச்சைக் கேட்டால் என்னைப் போற்றவே செய்வார்கள்!**

இங்கே பிராமணீய எதிர்ப்பு, பிராமணப் பெண்களின் மீதான கருணையின் பொருட்டும் வெளிப்பட்டிருக்கிறது. காரணம், விதவைக் கொடுமையை பிராமண சமூகத்து இளம் பெண்கள்தாம் அதிகம் அனுபவித்தார்கள்.

குழந்தைத் திருமணமும் அதனால் விளையும் இளம் வயது விதவைமையும் பெண்களுக்கெதிராக சனாதன மதம் திணித்த இரட்டைத் தாக்குதல்கள். இதற்கெதிராகவும் சமரசமின்றிப் போரிட்டவர் பெரியார்.

பெண் விடுதலை என்று வந்துவிட்டால் அதில் பிராமணப் பெண்ணென்ன - பிறசாதிப் பெண்ணென்ன? எந்தப்

பெண் அவருக்கு விதிவிலக்கு? அனைத்துச் சாதிகளிலும் பெண்ணென்பவள் அடிமையாகத்தானே கருதப்பட்டாள்.? அதனால்தான் பிராமணப் பெண்களுக்கும் அவரது சிந்தை பரிந்து பேசியிருக்கிறது.

அதன் பயனாக இன்றைக்கு அந்த அநாகரீக வழக்கத்தை அறவே கைவிட்டிருக்கிறது பிராமண சமூகம். காலமும், கல்வியும் அதற்குத் துணை நின்றபோதிலும் அடிப்படையில் அது இங்கே பெரியார் ஏற்படுத்திய விழிப்பில் உண்டான மாற்றம் அல்லவா?

அதற்காக பெரியாருக்கு அந்தப் பெண்களும் அவர்களைச் சார்ந்தவர்களும் நன்றி சொல்வதல்லவோ சரி? அதை விடுத்து அவரை துவேஷி என்பது முறையாமோ?

7

சிருங்கேரி சங்கராச்சாரியார் பெரியாருக்கு எழுதிய ஸ்ரீமுகம்

பெரியாரின் சாதியொழிப்பு நடவடிக்கைகள், வர்ணாசிரம எதிர்ப்பு இயக்கம் ஆகியவற்றால் சமய மடங்களுக்கும் சமய நம்பிக்கைகளைப் பரப்பி வந்தவர்களுக்கும் அவர்மீது கடும் கோபம் தோன்றியது இயல்புதான். அந்தச் சினத்தை அவர்கள் பலவிதங்களிலும் வெளிப்படுத்தினார்கள். ஆனாலும், பெரியார் தனது பணிகளைத் தொடர்ந்து மேற்கொண்டே வந்தார். மாதத்தில் இருபது நாட்களை அவர் பிரச்சாரச் சுற்றுப்பயணங்களில் செலவிட்டார். குடிஅரசு இதழில் தொடர்ந்து எழுதிவந்தார்.

குடிஅரசு இதழில் இராமாயண ஆராய்ச்சி, பெரியபுராண ஆராய்ச்சி, மகாபாரத ஆராய்ச்சி முதலியவை தொடர்ந்து வெளிவந்து கொண்டிருந்தன. இன்னும் பலவகைப் புராணங்களைக் குறித்த கட்டுரைகளும் வெளிவந்தன. இதனால் பல சைவ - வைணவப் பண்டிதர்கள் வெகுண்டெழுந்தார்கள். பெரியாரும் அவரது பத்திரிகையும் பெண் சமத்துவம் பேசியதை மதவாத சனாதனிகளால் பொறுத்துக் கொள்ள இயலவில்லை. அவர்களின் எதிர்ப்புகளுக் கெல்லாம் சற்றும் அஞ்சிடாத பெரியார் தனது பகுத்தறிவுப் பிரச்சாரத்தை வலுவாகத் தொடர்ந்தார்.

இந்தச் சமயத்தில்தான் சிருங்கேரி மடாதிபதி சங்கராச்சாரியார் பெரியார் ஈ.வெ.ரா. அவர்களுக்கு

ஒரு ஸ்ரீமுகம் எழுதினார். நாம் எழுதுவதுதான் கடிதம். அதையே ஒரு மடாதிபதி - சங்கராச்சாரியார் எழுதினால் வெறும் கடிதம் என்று அதைச் சொல்லத் தகுமோ? அதனால் அது ஸ்ரீமுகம். அதன்மூலம் தம்மைப் பெரியார் வந்து சந்திக்கும்படி கோரியிருந்தார் அவர். பெரியாரைச் சந்தித்து உரையாடத் தமக்கு விருப்பமென அதில் சங்கராச்சாரியார் தெரிவித்திருந்தார். அந்தக் கடிதம் கன்னட மொழியில் எழுதப்பட்டிருந்தது. அதன் மொழிபெயர்ப்பை அது பற்றி பெரியார் எழுதிய குறிப்புடன் 1930ஆம் ஆண்டு மார்ச் மாதம் 2ஆம் தேதியிட்ட குடிஅரசில் வெளியிட்டார் பெரியார். சிருங்கேரி மடத்து சங்கராச்சாரியார் பெரியாருக்கு எழுதியிருந்த அந்தக் கடிதத்தில் இருந்ததின் பகுதி இதுதான்:

...... எல்லோருக்கும் சேமம் உண்டாகும்படிக்கும், பார பட்சமில்லாமல்படிக்கும், சாஸ்திர எல்லைகள் கடவாமல் படிக்கும் எல்லோருக்கும் பிரம்மானந்தத்தை அடையச் செய்யவே ஜெகத்குருபிடம் இருக்கிறது. கர்மகாண்டத்தில் அவரவர்கள் நன்றாய்க் கடமைகளைச்செய்து நடந்து பிரம்மானந்த சாட்சாத்காரம் அடையச் செய்வதே விரதமாகக் கொண்ட இந்தக் குருபீடமானது சிஷ்யர்களை ஏற்படுத்திச் சதாசாரத்தில் பழக்கி சந்நியாசம் அளிப்பது வழக்கமாயிருக்கிறது. காலதேச வர்த்தமானத்தை அனுசரித்து சாத்தியமானவரையில் சிஷ்யர்களைச் சன்மார்க்கத்திலும், சதாசாரத்திலும் நடத்தி சந்தோஷமாயிருக்கச் செய்து கொண்டுவருகிறது. இன்னும் காலதேச வர்த்தமானத்தை யோசித்து சாஸ்திரங்கள் இடங்கொடுத்திருக்கிற வரையில் சிஷ்யர்களுக்குச் சில சுவதந்தரங்களையும் இந்த ஜகத்குரு சமஸ்தானம் கொடுக்க வேண்டியது அவசியமாகத் தோன்றியிருக்கிறது.

நீங்கள் நெடுநாளாய்ப் பாரபட்சமின்றியும், தாட்சண்யங்களுக்கு உட்படாமலும் ஜீவகாருண்யம் உள்ளவராயும் ஸ்வய நன்மையைக் கருதாமல் லோக நன்மையையே முக்கியமாகக் கருதி சுகதுக்கங்களைப் பாராமல் மானாவமானத்தைக் கவனியாமல் ஜன்மமெடுத்ததற்குப் பரோபகாரமே சாதனமென்று கருதி உங்கள் தர்மபத்தினி சமேதராய்ப் பாடுபட்டு வருவது எங்களுக்கு மிகவும் சந்தோஷத்தை உண்டாக்கியிருக்கிறது.

உங்களை நேரில் பார்த்து உற்சாகப்படுத்தி, எங்கள் அபிப்பிராயங்களையும் உங்களுக்குச் சொல்லி நல்ல சஹாயஞ்செய்து அநுக்கிரகிக்க வேண்டுமென்று தேவதா பிரேரணை உண்டாக்கியிருப்பதால், விவேகியாகிய நீரும், உங்கள் தர்ம பத்தினியும் இந்த சமஸ்தானத்திற்கு வந்து, ஸ்ரீசாரதா சந்திரமௌளீதர சுவாமிகள் பிரசாத அநுக்ரகம் பெற்று, இப்போதிலும் அதிகமான சிரேயசை அடைவீர்கள் என்று நம்பி இந்த ஸ்ரீமுகம் எழுதிவைத்து அனுப்பலாயிற்று!

இப்படியொரு கடிதத்தைச் சற்றும் எதிர்பாராத தந்தை பெரியார் என்ன செய்தார் தெரியுமா? ஒரு பிராமண மடத்திலிருந்து தனக்கு ஒரு கடிதம் வருகிறது. அதன் மடாதிபதி சங்கராச்சாரியார் எழுதிய கடிதம் அது. பிராமண எதிர்ப்பாளர் என்று அறியப்பட்ட, பிராமண துவேஷி என்று பழிக்கப்பட்ட பெரியார் சட்டெனக் கோபங்கொண்டு, அந்தக் கடிதத்தில் கண்ட விசயங்களைக் கடுமையாக விமரிசித்து அதற்கு ஒரு மறுப்பையல்லவா தனது பத்திரிகையில் எழுதியிருக்க வேண்டும்? அப்படியா செய்தார் பெரியார்? அல்ல... அந்தக் கடிதத்திற்கு சிருங்கேரி சங்கராச்சாரியாருக்கு நன்றி தெரிவித்து தனது பதில் கடிதத்தைத் தொடங்குகிறார் பெரியார்.

ஆனாலும், சங்கராச்சாரியாரின் கடிதத்தில் கண்ட தனக்கு முரணான பகுதிகளைச் சுட்டிக் காட்டுகிறார். உங்கள் அந்த ஸ்ரீமுகத்திலே சனாதன தர்மத்தைக் கெடுக்காமல்.., கரும காண்டத்தில் உள்ள அவரவர் கடமையைச் செய்து.., சாஸ்திரங்கள் இடங்கொடுக்கும் வரையில் என்கிற நிபந்தனைகள் கண்டு, அதற்கு விரோதமில்லாமல், சில சுவதந்திரங்கள் அளிக்கப்படும் என்கிற வாசகங்கள் காணப்படுகின்றபடியால் நாம் அங்கு செல்வதால் ஏதாவது பயன் ஏற்படுமா என்கிற விசயம் நமக்குச் சந்தேகமாகவேயிருக்கின்றது என்று குறிப்பிடுகிறார்.

சங்கராச்சாரியாரின் கடிதத்தில் கண்டிருந்த இந்த வாசகங்கள் பிராமணீய வர்ணாசிரமத்தின் அடிப்படையிலான கருத்துக்கள் என்பதற்கான தனது ஆட்சேபனையை அந்த பதில் கடிதத்தில் இப்படிப் பக்குவமாக பதிவு செய்யும் பெரியார்தான் பின்வருமாறும் அந்தக் கடிதத்தில் எழுதுகிறார். வர்ணாசிரமக் கருத்துக்களைப் பெருமையாக என்னிடமே சொல்கிறாயா...

அத்தனை தைரியமா உனக்கு என்றெல்லாம் ஒரு துவேஷியாகக் கொதிக்கவில்லை அவர். மாறாக இப்படி அந்தக் கடிதத்தை முடிக்கிறார்:

ஆயினும் பொறுப்புள்ள ஒரு பதவியை வகிப்பவரும், பல மக்களால் வணங்கிக் கொண்டாடி மதிக்கத் தக்கவராயிருப்பவருமான ஒரு பெரியாரின் (சங்கராச்சாரியாரின்) அழைப்பை மதித்து, அதற்கு இணங்கி, அங்கு சென்றுவர வேண்டியது மிகவும் நியாயமாகும் என்றே நமக்குத் தோன்றுகிறது. ஆயினும், நமது நண்பர்களின் விருப்பத்தை அறிந்து சென்று வரலாம் என்றே கருதியிருக்கின்றோம்.

இப்படியாகத்தான் தனது பதில் கடிதத்தை எழுதினார் பெரியார். தன் வாழ்நாளெல்லாம் தான் எதிர்த்துப் போராடிவரும் சனாதன தர்மத்தினைக் காக்கவென்றே நடத்தப்படுகின்ற ஒரு மடத்தின் தலைவரைக்கூட அவர் அவமரியாதையாக அணுகவில்லை. அவரைப் பொறுப்புள்ள ஒரு பதவியை வகிப்பவர் என்கிறார். பல மக்களால் வணங்கிக் கொண்டாடி மதிக்கத்தக்கவர் என்கிறார். அப்பேற்பட்டவரின் அழைப்பை மதிக்க வேண்டியதும், அதற்கு இணங்கி அங்கு சென்றுவரவேண்டியதுமே மிகவும் நியாயம் என்கிறார். இருந்தாலும் கொள்கை முரண் காரணமாகவே நண்பர்களின் ஆலோசனையையும் இது விசயத்தில் பெறத் தோன்றுகிறது அவருக்கு.

எத்தனை நிதானம்! எத்தனை பொறுமைமிகு அணுகுமுறை! எத்தனை உயரிய பண்பும் நாகரீகமும்! வெறும் வெறுப்பும் துவேஷ சிந்தனையுமுள்ள ஒருவரிடத்தில் இப்படியான பண்பட்ட நடத்தையைப் பார்க்க முடியுமா? இவ்வளவு விசால மனம் கொண்டவரான பெரியாரை வெறும் துவேஷி எனல் தகுமா?

அந்தக் கடிதத்தில் அவர் சொல்லியிருந்ததன்படி தனது நண்பர்கள் பலரின் ஆலோசனைகளையும் கேட்டிருக்கிறார் பெரியார். அவரது நண்பர்கள் பலரும் ஏறக்குறைய ஒரே விதமான கருத்துக்களையே அதுவிசயத்தில் சொல்லியிருக்கிறார்கள். பெரியார் சென்று சங்கராச்சாரியாரைச் சந்திப்பதால் பலன் ஏதும் விளையாது. பெரியாருக்காக தனது கொள்கையைச் சங்கராச்சாரியார் விட்டுக்கொடுக்கப்போவதில்லை. மாறாக, பெரியாரையே தன் வழிக்குத் திருப்ப சிருங்கேரி மடாதிபதி

முயல்வார். பெரியாரை எதிர்க்க முடியாமல் நட்பாக அழைத்து, நயந்து பேசி அவர் மனதை மாற்றிவிடலாம் என்று சங்கராச்சாரியார் தப்புக் கணக்குப் போட்டிருப்பதைப் பெரியாரும் நண்பர்களும் உணர்ந்துகொண்டார்கள். எனவே, பெரியார் சிருங்கேரி சங்கராச்சாரியாரைச் சந்திப்பது ஒரு வீண் வேலை என்றே நண்பர்கள் பலரும் கருத்துத் தெரிவித்திருக்கிறார்கள்.

இந்த அடிப்படையில் பெரியார் சிருங்கேரி சங்கராச்சாரி யாரைச் சந்திப்பதைத் தவிர்த்துவிட்டதாகத் தெரிகிறது. ஆனால், மறுப்பே என்றாலும் சிருங்கேரி சங்கராச்சாரியாரிடத்தில் பெரியார் காட்டிய மரியாதை கலந்த நிதான அணுகுமுறையை பெரியாரை விமரிசிப்போர் கட்டாயம் எண்ணிப்பார்க்க வேண்டும்.

8

ராஜாஜி: துவேஷமும் நேசமும்

கொள்கைவழிப்பட்ட அரசியலில் தனது தீவிர எதிரியான ராஜாஜி அவரது இளம்பிராயத்துத் தோழன் என்பதும் அவர்களிடையே நட்பு இறுதிவரை நிலைத்திருந்தமையும் நாடறிந்த ஒன்றுதான்.

நாகரீக சமூகம் வெட்கித் தலைகுனியும் வண்ணம் குலக்கல்வித் திட்டத்தைக் கொண்டுவந்ததாகக் குற்றம் சாட்டப்பட்டு, பெரியாரால் கடும் எதிர்ப்பைச் சந்திக்க நேர்ந்த ராஜாஜியுடன் பெரியார் தனிப்பட்ட முறையில் கொண்டிருந்தது சாதாரண நட்பு அல்ல.

பிறப்பால் வைணவ பிராமணரான ராஜாஜி இந்து மதத்தின்மீது பற்றுக்கொண்டவராகவே இருந்தார். அத்தகைய கொள்கை மாறுபாடு ராஜாஜியுடனான பெரியாரின் நட்பைத் தடுத்திடவுமில்லை. திரையிட்டு மறைக்கவு மில்லை.

ராஜாஜியின்பால் பெரியாருக்கிருந்த வியக்கத்தக்க உயர் மதிப்பை ராஜாஜி மறைந்தபோது தமது விடுதலை பத்திரிகையில் (26-12-1972) அவர் எழுதிய இரங்கல் செய்திக் கட்டுரையில் உணரலாம். அதில் ராஜாஜியின் மறுபக்கத்தைக் காட்டினார் பெரியார். மிகநீண்ட கட்டுரையான அதிலிருந்து சில பகுதிகள் இதோ:

> நண்பர் இராஜாஜி அவர்கள் முடிவெய்திய நிகழ்ச்சி எல்லையற்ற துக்கத்துக்குரிய நிகழ்ச்சி யாகும். சம்பிரதாயத்திற்கல்ல; உண்மையாகவே சொல்லுகிறேன். இராஜாஜி அவர்கள் ஒப்பற்றவர்; இணையற்றவருமாவார். அவரது இழப்பு பரிகாரம் செய்ய முடியாத இழப்பாகும்.

தமிழ்நாட்டில் ஒப்பிலாமணியாய் வாழ்ந்து அரும் பெரும் காரியங்களைச் சாதித்த இராஜாஜி 95-ம் வயதில் முடிவெய்தி மறைந்து விட்டார்.

அவரது பெருமைக்கு ஓர் எடுத்துக்காட்டு தெரிவிக்க வேண்டுமானால், இராஜாஜி இல்லாது இருந்தால் மகாத்மா காந்தியே இருந்திருக்க மாட்டார். அதுமாத்திரமல்ல; இந்திய தேசிய காங்கிரசே இருந்திருக்கமாட்டாது.

இவை இன்றைக்கு அதாவது, சுமார் 40 ஆண்டுகளுக்கு உட்பட்ட மக்களுக்குத் தெரியாத சேதியாகும். இராஜாஜி அவர்களால்தான் திராவிடநாட்டில் சமபந்தி போஜனம் என்பதும், அதைவிடத் தீவிரமான சாதிபேதம் என்பதே இல்லாமல் யார் வீட்டிலும் யாரும் உணவு அருந்தலாம் என்கிற தன்மையும் ஏற்பட்டது.

நான் அறிய இராஜாஜி அவர்கள் 1910-லேயே பார்ப்பனரல்லாத மக்களுடன் சமபந்தி போஜனம் செய்வார்; 1915-ல் பார்ப்பனரல்லாத மக்கள் வீட்டில் உணவு அருந்துவார். இது அவருக்கு மாத்திரம் ஏற்படுத்திக் கொண்ட சாதனை என்றாலும், காங்கிரசிலேயே எல்லாப் பார்ப்பனர்களும் சமபந்தி போஜனம் அருந்தும்படி செய்தவர் இராஜாஜி அவர்களே ஆவார்.

காந்தியாருக்கும்கூட சமபந்தி போஜனத்தில் நம்பிக்கை இல்லாத காலத்திலேயே, யார் வீட்டிலும் யாருடனும் இருந்து உணவு கொள்ளும் தன்மையை ராஜாஜி ஏற்படுத்தினார்.

காங்கிரசில் பெரிய தீவிர தேசபக்தர், மகா தியாகி என்று சொல்லப்பட்ட வ.வே.சுப்ரமணிய அய்யர் என்கிற (போலி) தேசபக்தர் வருணாசிரமப் பிரசாரம் செய்து கொண்டிருந்த காலத்தில், காங்கிரசில் தான் மாத்திரம் அல்லாமல் அனேக பார்ப்பனரையும், பார்ப்பன இளைஞரையும் யாருடனும் யார் வீட்டிலும் உணவு அருந்தச் செய்தார் இராஜாஜி. எது எப்படி இருந்தாலும் சமுதாயத் துறையில், இம்மாபெரும் சீர்திருத்தம் செய்த பெருமை ராஜாஜிக்குத்தான் உண்டு.

அது மாத்திரம் அல்ல. கலப்புத் திருமணம் என்னும் தன்மையைத் துணிந்து ஆதரித்தவர் இராஜாஜி அவர்களே ஆவார். 1920 ல் என்று கருதுகிறேன். அருண்டேல் - ருக்குமணி அம்மையார் விவாகத்தைப் பார்ப்பன சமுதாயமே கட்டுப்பாடாக எதிர்த்த காலத்தில் இராஜாஜி அவர்கள் அதை ஆதரித்தார்;

மற்றும், தனது பெண்ணையே பார்ப்பனரல்லாதவருக்கு மணம் செய்து கொடுத்தார். ஆகவே, சமுதாயத் துறையில் மாபெரும் சீர்திருத்தம் செய்தவர் இராஜாஜியே ஆவார்.

இந்தக் காரணங்களால் இராஜாஜி அவர்கள் சென்னைப் பார்ப்பனர்களான கஸ்தூரிரங்க அய்யங்கார், சீனிவாச அய்யங்கார், ரெங்கசாமி அய்யங்கார், சத்தியமூர்த்தி அய்யர் முதலிய பார்ப்பன ஆதிக்கப் பணிக்காகவே வாழ்ந்த பார்ப்பனக் கும்பலுக்கு எதிரியாக இருந்தார்.

இவ்வளவு என்ன; உற்சாகம் காரணமாகத் தனிப்பட்ட முறையில் சமுதாயத் தொண்டில் கவனம் செலுத்திக் கொண்டிருந்த என்னை, முழுக்க முழுக்கச் சமுதாயத் தொண்டனாக ஆக்கிய பெருமை இராஜாஜி அவர்களுக்கே உரியதாகும்.

என்னை இராஜாஜி அவர்கள்தான் முதலாவதாக கோயமுத்தூர் ஜில்லா காங்கிரஸ் செகரட்டரி ஆக்கினார்; பிறகு அவர்தான் என்னைத் தமிழ்நாடு காங்கிரஸ் கமிட்டித் தலைவராக ஆக்கினார். என்னிடம் அவர் முழு நம்பிக்கை வைத்து, என்னையே அவர், நமது தலைவர் நாயக்கர் என்று அழைத்ததோடு, பார்ப்பனரில் வெகுபேரை என்னைத் தலைவர் என்று அழைக்கும்படி செய்தார்.

என்னைப் பல விஷயங்களில் என் தகுதிக்கு மேல் கருதி வந்ததோடு, பிரசாரமும் செய்து வந்தார். உதாரணமாக ஒன்று சொல்லுகிறேன். இன்றைய மாஜி கவர்னர் திரு. கே.சந்தானம் அவர்களிடத்தில் என்னைப் பற்றிப் பேசும்போது 'Mr.Santhanam! Don't think that Naicker's life is an ordinary Life' என்று சொல்லுவார். இன்னும் மற்ற பல பார்ப்பன நண்பர்களுக்கும் என்னைப் பற்றிச் சொல்லுவார்.

இவ்வளவும் ஏன் சொல்லுகிறேன் என்றால் என் கொள்கை, கருத்து, செய்கை முதலியவைகளைக் கூடவே இருந்து அறிந்தவர்; அவ்வளவையும் ஏற்றுப் பாராட்டிப் பேசியவர் என்பதைத் தெரிவிப்பதற்காகவே ஆகும்.

இராஜாஜி என்னோடு உள்ளவரை அவர் ஒரு பகுத்தறிவு வாதியாகவே இருந்தார். மற்றும், அவர் பொதுவுடைமைக் கருத்தையும் ஆதரித்தவர்.

வக்கீல் தொழிலிலும், அதிகாரிகளிடம் விளக்குகையில், 'கோர்ட்டார் அவர்களே! எனது கட்சிக்காரரை நிரபராதி என்று சொல்ல நான் இங்கு வரவில்லை; இவரைக் குற்றவாளி என்று முடிவு செய்ய வேண்டிய அளவுக்குச் சட்டப்படியான ஆதாரம் இல்லை' என்றுதான் சொல்லுவார்.

காந்தியை அடிக்கடி திணற வைத்து விடுவார். இதனாலேயே காந்தியாரும் இராஜாஜி அவர்களின் ஆமோதிப்பைப் பெற்றே எந்தக் கருத்தையும் வெளியிடுவார்.

இந்தி விஷயத்தில் பிற்காலத்தில் அவருக்கு அது கட்டாயப்படுத்தத் தக்கதல்ல என்கின்ற கருத்து பலமாக இருந்தது.

நம் நாட்டு அரசியல், வகுப்பு உணர்ச்சியை அடிப்படையாகக் கொண்ட அரசியலாக ஆகிவிட்டதால் அரசியல் காரணமாக வகுப்புகளுக்குக் கேடு வரக்கூடாது என்ற கருத்தால் நம்முடைய சில கருத்துக்கள், காரியங்கள் இராஜாஜி அவர்களது ஆதரவுக்கு உரியதல்லதாகவே இருக்கலாம் என்றாலும், பொதுவில் இராஜாஜி அவர்களை நாம் இழக்க வேண்டிய நிலை ஏற்பட்டது நமக்கும் நாட்டுக்கும் மக்களுக்கும் பரிகாரம் செய்ய முடியாத இழப்பே ஆகும் என்பதைத் தெரிவித்துக் கொள்கிறேன்.

-இரங்கல் செய்தி, விடுதலை - *26.12.1972*

நம்மில் எத்தனை பேர் இராஜாஜி பற்றிய பெரியாரின் இப்படியான கருத்தை அறிந்திருப்போம்?

நம்மில் எத்தனை பேருக்கு இராஜாஜி இத்தனை மேன்மைகளுக்கும் உரியவர் என்பது தெரியும்?

யாரைத் தமது மிகப்பெரிய அரசியல் எதிரியாகக் கருதினாரோ அதே நபரின் இன்னொரு பக்கத்து நியாயங்களைத் தயங்காமல் சொல்ல எவ்வளவு பரந்த மனப்பான்மையும் நியாயச் சிந்தனையும் வேண்டும்.

நம் நாட்டு அரசியல், வகுப்பு உணர்ச்சியை அடிப்படையாகக் கொண்ட அரசியலாக ஆகிவிட்டதால் அரசியல் காரணமாக வகுப்புகளுக்குக் கேடு வரக்கூடாது என்ற கருத்தால் நம்முடைய சில கருத்துக்கள், காரியங்கள் இராஜாஜி அவர்களது ஆதரவுக்கு உரியதல்லதாகவே இருக்கலாம் என்று அவருக்கான இரங்கல் அறிக்கையிலும் எத்தனை நாசூக்காக அவர்மீது தான் கொண்டிருந்த விமரிசனத்தையும் முன்வைத்துவிட்டார் பெரியார் பாருங்கள்.

இங்கே பெரியார் குறிப்பிடும் இராஜாஜியின் ஆதரவுக்கு உரியதல்லாத சில கருத்துக்கள், காரியங்கள் எவை?

இராஜாஜி கொண்டுவந்த குலக்கல்வித்திட்டம்தான் அது. அதுதான் பெரியார் கடும் சினம்கொண்டு வெகுண்டெழுந்து இராஜாஜியைப் பதவி விலகவைத்தது.

கருத்து ரீதியிலான எதிரியைச் செயலில் வென்றுவிட்டோம். இப்போது அந்த எதிரி மரணத்தைத் தழுவிவிட்ட நிலையிலும்

பகைமையுணர்ச்சியால் என்ன பயன் என்று கருதுகிற பெருந்தன்மைக்குப் பெயர்தான் பெரியார் என்று புரிகிறதல்லவா?

மேலும், அந்தக் கருத்து ரீதியிலான எதிரியோ தனது இளம்பருவம் முதலே அரசியலுக்கு அப்பாற்பட்ட பெரும் நட்புக்குரியவரென்றால் வாழ்வின் இந்த விசித்திரமான இரட்டை நிலைமையை எவ்வாறு கையாள்வது என்பதற்கும் பெரியார் தனது வாழ்க்கையின் வழியாகவே இப்படியான விடையைத் தந்துவிட்டார். கருத்து முரணையும் நட்பின் இணக்கத்தையும் கையாளக் கற்றுத்தந்து, தனது சொந்த வாழ்வின் மூலமே வழிகாட்டியவர் பெரியார்.

அநீதியான சமூக விரோதச் செயலென்றால் அதைச் செய்த வ.வே.சு. ஐயரைப் போலி தேசபக்தர் என்று கடுமையாகத் தாக்கிவிட்டு, இராஜாஜியின் முற்போக்குக் குணத்தை, சாதி சமத்துவ விசயத்தில் காந்தியாருக்கும் முன்னோடியாக இருந்த பாங்கை அவரொரு பிராமணப்பிறவி என்கிற காரணத்துக்காக மூடி மறைத்தறியாத பெரியாரா பிராமண துவேஷி?

அதுமட்டுமா?

ராஜாஜி மரணப்படுக்கையில் மருத்துவமனையில் கிடந்த நாட்களிலெல்லாம் இரவு உறக்கத்தைத் தொலைத்தவர் பெரியார்.

அந்த பால்ய காலத்து நண்பனின் உடல்நிலை குறித்து பெரு வருத்தத்தோடும் கவலையோடும் இரவெல்லாம் அரற்றிக்கொண்டிருந்தவர் பெரியார். புலம்பித் தவித்தவர் பெரியார்.

காலமெல்லாம் அவர் நாவிலும் எழுத்திலும் எதிர்ப்பில் பட்டுத் தெறித்த பார்ப்பனரில் ஒருவரான ராஜாஜி எனும் உயிர் நட்பின் இறுதியாத்திரையில் பங்கேற்று இறுதிவரை கண்ணீர் மல்கச் சென்றவர் பெரியார்.

ஒரு துவேஷியின் செய்கை இப்படியெல்லாமா இருக்கும்?

9

வாசன் மீது வைத்த வாஞ்சை

ஆனந்த விகடன், ஜெமினி ஸ்டூடியோ ஆகியன துவங்கும் முன் எஸ்.எஸ்.வாசன் பெரியாரின் 'குடிஅரசு' இதழுக்கு விளம்பரங்கள் சேகரிக்கும் பணியினில் சேர்ந்தார். வயிற்றுப்பாட்டுக்கான உத்தியோகம்தான் அது. வாசனுக்கு அதில் குறிப்பிட்ட அளவு வருமானம் வந்தது.

விளம்பரத்துக்கான கட்டணத் தொகையை மிகவும் நாணயத்துடனும் நேர்மையுடனும் குடி அரசுக்குச் செலுத்தி விடுவது வாசனின் வழக்கம்.

பெரியாருக்கு பண விசயத்தில் சரியாக நடந்து கொள்பவர்களையே அதிகம் பிடிக்கும். இவ்விஷயத்தில் வாசன் பெரியாரைக் கவர்ந்தார். அந்த எஸ்.எஸ்.வாசன் பிறப்பால் ஒரு பிராமணர்.

குடிஅரசு விளம்பரப் பணி அனுபவமும் விகடனை உருவாக்க வாசனை உந்தியது. ஆனந்த விகடன் பிறந்தபோது பெரியாரின் வாழ்த்துக்கள் வாசனுக்குக் கிடைத்தன.

பெரியாரின்தாக்கத்தால் பகுத்தறிவுப் போட்டிகள் துவக்க கால விகடனில் இடம்பெற்றன.

பின்னர் வாசன் சினிமாத் தொழிலில் இறங்கினார்.

ஜெமினி ஸ்டூடியோ தொடங்கியபோதும், பெரியார் - வாசன் நட்புறவு தொடர்ந்தது.

பெரியார் சினிமாவை வெறுப்பவர். ஆனால் அதிசயம்! வாசனின் ஜெமினி பிக்சர்ஸ் தயாரித்த சினிமாக்களின் விளம்பரங்களை மட்டும் பெரியாரின் குடிஅரசு வெளியிடும்.

தோழர்கள் பலர் பெரியாரை இதற்காக விமர்சித்தபோதிலும் பெரியார்மீது வாசன் காட்டிய அந்த நாள் விசுவாசம் அவற்றை வென்றது.

ஒருநாள் வாசனின் மறைவுச்செய்தி பெரியாரை எட்டியது. அவர் கலங்கிப்போனார். அப்போது அவர் வெளியூரில் இருந்தார். எனவே மறுநாள் சென்னை திரும்பியதும் வாசன் வீட்டுக்கு அதிகாலையில் செல்லத் திட்டம்.

தொலைபேசியில் தெரிவித்துவிட்டுப் போவோம். அப்போதுதான் அவர்கள் எங்கும் போகாமல் நம்மை எதிர்நோக்கி நமக்காகக் காத்திருப்பார்கள் என்று தமது சகாக்கள் கூறிய யோசனையைக் கோபத்துடன் மறுத்தார் பெரியார்.

சாவு வீட்டிற்கு அவ்வாறு சொல்லிவிட்டுச் செல்வது பண்பல்ல எனச் சொன்ன பெரியார், போய் நாம் காத்திருக்க வேண்டியிருந்தால் சற்று நேரமானாலும் இருந்து, சந்தித்து, ஆறுதல் கூறிவிட்டுத்தான் வர வேண்டும். அதுதான் முறை... அதுதான் நாகரீகம்... –என்று தெளிவாகச் சொன்னார் பெரியார்.

அந்தளவு வாசன் அவர் மனதிலிருந்தார். அதையும்விட ஒரு மிகச் சிறந்த பண்பாளராகப் பெரியார் இருந்தார்.

சுடுகாட்டில் இரண்டாவது நாள் சடங்குகளை வாசனின் மகனும் உறவினர்களும் முடித்துவிட்டு வரும்வரை காத்திருக்க எண்ணிய அவரின் பூமனதில் மனிதர்கள் மீதான காழ்ப்புக்கு இடமேது?

10

மேலும் மூன்று தருணங்களும் பெரியாரின் பண்பும்

தருணம் 1:

கவியோகி சுத்தானந்த பாரதியார் பிறப்பால் ஒரு பிராமணர். பெரியாரின் நண்பருள் அவரும் ஒருவர். ஆனால், ஆச்சாரமானவர்.

ஒருமுறை அதிகாலை வேளை பெரியார் வீட்டிற்கு சுத்தானந்த பாரதி வந்தார். அவரைப் பெரியார் வரவேற்று மனைவிக்கு அறிமுகம் செய்துவைத்தார். பின்னர் சுத்தானந்த பாரதி பெரியார் வீட்டில் குளித்துவிட்டு விருந்துண்ண ஏற்பாடானது.

சுத்தானந்த பாரதி பிராமண வழக்கமான சந்தியாவந்தனம் எனும் சூரிய வணக்கச் சடங்கைச் செய்வதைக் கடமையாக்கிக் கொண்டவர். எனவே, அவர் குளித்துவிட்டு வரும் முன்னர் பெரியார் சொன்னதற்கிணங்க மனைவி நாகம்மையார் அவர் பூசை செய்வதற்குத் தேவையான விபூதி போன்ற பொருட்களைத் தருவித்து வைத்திருந்தார்.

சுத்தானந்த பாரதி குளித்துவிட்டு மந்திரங்களை ஜெபித்தபடி வந்து சந்தியாவந்தனம் செய்யத் தொடங்கினார். இதனை நாற்காலியில் அமர்ந்தபடி புன்முறுவலுடன் வேடிக்கை பார்த்து ரசித்துக் கொண்டிருந்தார் பெரியார்.

அதாவது, ஊரறிந்த நாத்திகப் பெரியார் தன் வீட்டிலேயே பூசை நடக்க அனுமதித்தார், நட்புக்காக.

பூசை முடிந்ததும் இருவரும் சேர்ந்து அமர்ந்து காலைச் சிற்றுண்டி அருந்தினார்கள்.

இது பெரியாரின் பெருந்தன்மைக்கும் பிறரை மதிக்கும் அவரது பண்பட்ட உயர் குணத்திற்கும் எடுத்துக்காட்டாய் விளங்குகிறது.

இப்படிப்பட்டவரைப் பிராமண துவேஷி என்பவர்கள் நிச்சயமாக வர்ணாசிரமவாதிகளாகவும் அதன் ஆதரவாளர்களாகவும்தான் இருக்க முடியும்.

தருணம் 2:

பொதுத்தொண்டினை ஒரு கலையாகவே மாற்றியுள்ளார் பெரியார் என்றார் பெரியாரைப் பற்றி பேரறிஞர் அண்ணா. எத்துணை மெய்யான புகழ்ச்சி இது! அதுமட்டுமா? பொதுத்தொண்டு அவருக்கு ஒரு தவமும் ஆகுமே! அப்படி ஒரு உதாரணம்தான் இது:

மன்னார்குடியில் மிகப்பெரிய பொதுக்கூட்டத்தில் பேசிக் கொண்டிருந்தார் பெரியார். மேடைக்குக் கீழே முன்வரிசையில் ஒரு பிராமண முதியவர் உட்கார்ந்துகொண்டு சரமாரியாகக் கேள்விகளை எழுதி, சிறுவன் ஒருவன் மூலமாகப் பெரியாரிடம் அனுப்பிக் கொண்டே இருந்தார். பெரியாரும் சற்றும் சளைக்காமல் அவரின் கேள்விகளுக்கு பதில் உரைத்த வண்ணமிருந்தார். கூட்டத்தில் உள்ளவர்களுக்கு அது கோபத்தை ஏற்படுத்தியது. அந்தப் பிராமணரை அவர்கள் திட்டினார்கள். பெரியார் அவர்களை அடக்கினார். பிராமணரின் ஒவ்வொரு கேள்விக்கும் பெரியார் மிகவும் பொறுப்பாக பதில் சொல்லிக்கொண்டே வந்தார். பல கேள்விகளுக்குப் பதில் சொல்லியாகிவிட்டது. கேள்விகளை எழுதிக் கொடுத்த வண்ணமிருந்த பிராமணர் பயன்படுத்திய பென்சில் முனை திடீரென ஒடிந்துவிட்டது. பெரியாரும் அதைக் கவனித்துவிட்டார். உடனே தன் சட்டைப் பையிலிருந்த தனது பேனாவை எடுத்து அதன் மூடியைப் பின்புறம் செருகி அந்தப் பெரியவரை நோக்கி நீட்டினார்.

ஐயா, இந்தாருங்கள். தொடர்ந்து எழுதிக்கொடுங்கள்...

-பேனாவைக் கொடுத்தனுப்பிவிட்டுத் தொடர்ந்து பேசினார்.

ஆணவத்துடன் வந்த அந்த பிராமணர் இப்போது வெட்கிப் போய் உட்கார்ந்திருந்தார். அவரால் மேலும் கேள்வி எதையும் எழுத முடியவில்லை.

கூட்டம் முடிந்தது. கூட்டத்தை முண்டியடித்துக்கொண்டு பெரியாரிடம் வந்தார் அந்தப் பிராமணர். பெரியாரைப் பார்த்துச் சொன்னார்:

நாயக்கர்வாள், என்னை மன்னிக்க வேண்டும். எதிரிகள் தங்களைப் பற்றிக் கூறுவது முற்றிலும் தவறு. நீங்கள் மகாப் பெரியவர். நான் வருகிறேன். நமஸ்காரம்! - என்று தழுதழுத்த குரலில் கூறிவிட்டுப் போனார்.

அதாவது, பிராமணர்கள் கேள்விப்பட்டதொன்றாகவும் நேரில் கண்டது வேறொன்றாகவும் இருந்திருக்கிறது பெரியார் விசயத்தில்.

தருணம் 3:

இதேபோல இன்னொரு சம்பவம். பெரியாரும் கண்ணப்பர் எனும் அவரது சக தோழரும் மூன்றாம் வகுப்பு ரயிலில் மதுரைக்குச் சென்று கொண்டிருந்தனர்.

இவர்களுக்கு எதிரே அமர்ந்து பயணித்த ஒரு பிராமணர் கண்ணப்பரோடு விவாதம் செய்துகொண்டு வந்தார். இடையிலே அந்த பிராமணரிடத்தில் கண்ணப்பர் சில கடுமையான சொற்களைப் பயன்படுத்திவிட்டார்.

உடனே,

ஏன் இவ்வாறு பேசுகிறீர்கள்? பொறுமையாய் பதில் கூறினால்தானே அவருடைய தப்பெண்ணங்களை மாற்றி நம் பக்கம் அவரைத் திருப்பலாம்.

- என்று கோபத்தோடு கடிந்துகொண்ட பெரியார். மேலும் இவ்வாறு கூறினார்:

சந்தேகங்களை விளக்கி உண்மையை உணர்த்த வேண்டிய இம்மாதிரியான நல்ல சந்தர்ப்பங்களைப் பொறுப்புள்ள நாம் வீணடிக்கலாமா?

ஆக, எப்படி ஒளிர்ந்திருக்கிறது பாருங்கள் அவரது பட்டறிவின் சுடர்.

தனிப்பட்ட துவேஷமும் அவசரக் கோபமும் தப்பெண்ணங் களைத்தான் விதைக்கும்.

உண்மையை உணர்த்தக் கிட்டிய சந்தர்ப்பங்களை அவை வீணாக்கிவிடும் என்ற அவரது கணிப்பே அவரது இந்த நெகிழ்வான நடைமுறைக்குப் பற்றுக்கோல் எனவும் சொல்லலாம் அல்லவா?

கண்ணப்பரைக் கடிந்துகொண்ட பெரியாரை நோக்கி அந்த பிராமணர் இவ்வாறு மறுமொழி கூறியிருக்கிறார்:

> **பெரியவரே! இவர் நீங்கள் சொல்வதைக் கேட்கமாட்டார். இவர்களெல்லாம் அந்த ஈரோட்டு ராமசாமி நாயக்கரின் கூட்டத்தைச் சேர்ந்தவர்கள். இவர்கள் இப்படித்தான் பேசு வார்கள்...**

தான் யாரென்பதையே அறியாத அந்த ஐயரின் இந்தப் பேச்சைக் கேட்ட பெரியாரும் கண்ணப்பரும் உள்ளுக்குள் வந்த சிரிப்பை அடக்கிக்கொண்டனர்.

சற்று நேரத்தில் பெரியார் கழிவறைக்குச் சென்ற சமயம் அருகிலிருந்த இன்னொருவர் அந்த பிராமணரைப் பார்த்து, **நீங்கள் என்ன இப்படிப் பேசிவிட்டீர்கள்? அவர் யார் தெரியுமோ? அவர்தான் ராமசாமி நாயக்கர்! -** என்று சொல்லியிருக்கிறார். அவருக்குப் பெரியாரைத் தெரிந்திருக்கிறது. ஆனால், அந்த பிராமணர்தான் பெரியாரைப் பார்த்தறியாதவராக இருந்திருக்கிறார்.

கழிப்பறையைவிட்டு வெளியே வந்த பெரியாரைப் பார்த்ததும் அவர் எழுந்து நின்று வணங்கினார்.

> **ஐயா, தங்களை யார் என்று தெரியாமலேயே பேசி விட்டேன். மன்னித்துக் கொள்ளுங்கள். தங்களை அவதூறு பேசியவர்கள் எல்லோரும் பொய்யர்கள். தங்களுடைய நற்குணமும், பொறுமையும் எவருக்கும் வராது. தாங்கள் அவசியம் என் வீட்டுக்கு வரவேண்டும்..!** என்று மெய் நடுங்கச் சொன்னார் அந்த பிராமணர். சொன்னதோடல்லாமல் தன் முகவரியையும் கொடுத்தார்.

பார்த்தீர்களா?

தன்னோடு பால்யத்தில் பழகிய ராஜாஜியிடம் மட்டுமல்ல, தன் மனதைக் கவர்ந்த வாசனிடம் மட்டுமல்ல, முன்பின் தெரியாத, தன் கொள்கையை உரசிப்பார்த்த பிறப்பால் பிராமண சாதியார்களிடமெல்லாம் அவர் கண்ணியம் காட்டியிருக்கிறார்.

அப்படியென்றால் பெரியார் எப்படி பிராமண துவேஷி; பிராமணர் எதிரி ஆவார்?

ஆனால், அவர் மேற்கொண்டொழுகிய வர்ணாசிரம எதிர்ப்புப் பணி என்பது உண்மையில் பிராமணீய எதிர்ப்புப் பணியேதான்.

வர்ணாசிரமத்தால் அதிகபட்ச நன்மையடையும் பிராமணரே அதை அதிகம் பேணுவோராக உள்ள சூழல் இன்றளவும் நீடிக்கிற நிலையில் அந்த எதிர்ப்பானது அவ்வப்போது நடைமுறையில் பிராமணர் எதிர்ப்பாகவும் இயல்பாகத் தோன்றியிருக்கிறது... அவரது நோக்கம் அதுவாக இல்லாத போதிலும்.

அப்படியிருந்தும் அவர் தனிப்பட்ட பிராமணர் எவரையும் தான் எதிர்க்கவில்லை என்பதை தனது நடைமுறை வாழ்வில் இப்படியெல்லாம் உணர்த்தியே வந்திருக்கிறார்.

11

அதிசய மனிதரின் வியப்பு

எனினும் ஜனநாயக எண்ணமும் முற்போக்குச் சிந்தனையும் வர்ணாசிரமத்தின் மீது அசூயையும் படித்த பிராமணர்கள் சிலர் மத்தியிலும் ஏற்பட்டது என்பதும் வரலாறு.

எண்ணற்ற எடுத்துக்காட்டுகள் இதற்கு உண்டு.

இந்தப் பின்புலத்திலும் பெரியாரின் சரியான அணுகு முறையை வைத்துப் பார்த்துப் போற்றுதல் தகும். அதனால்தான் பெரியாரை 1933லேயே இவ்வாறு வர்ணிக்கிறார் வ.ரா. எனும் அக்கிரகாரத்து அதிசய மனிதர் வ. ராமசாமி ஐயங்கார்:

தேர் இல்லை, திருவிழா இல்லை, தெய்வம் இல்லை என்கிறார் நாயக்கர்.

சுவாமியைக் குப்புறப்போட்டு வேட்டி துவைக்கலாம் என்கிறார்.

இவரைக்காட்டிலும் பழுத்த நாத்திகன் வேறு எவருமே இருக்க முடியாது.

பாதகன் என்று சிலர் உறுமுகிறார்கள்.

கண்டவர்க்கெல்லாம் குனிந்து சலாம் செய்து, மண்ணோடு மண்ணாய் ஒட்டிக்கொண்டு, மார்பால் ஊர்ந்து செல்ல வேண்டாம் என்று சுயமரியாதை உணர்ச்சியை ஊட்டினால், பாவி நமஸ்காரத்தைக் கண்டிக்கிறான் என்று அபத்தம் பேசுவதா?

மனசாட்சிக்கும், தொண்டுக்கும் பக்தரான நாயக்கரை நாஸ்திகன் என்று அழைக்கும் அன்பர்கள் நாஸ்திகம் யாது என்றே தெரிந்து கொள்ளவில்லை என்றே சொல்லுவேன்...

அநீதியை எதிர்க்கத் திறமையும் தைரியமும் அற்ற ஏழைகளாய் சுரணையற்றுக் கிடந்த தமிழர்களின் உள்ளத்தை அடி தெரியும்படி கலக்கிய பிரம்மாண்ட பாக்கியம் நாயக்கரைப் பெரிதும் சேர்ந்ததாகும்.

அப்பப்பா! நாயக்கரின் அழகுப் பிரசங்கத்தை, ஆணித்தரமான சொற்களை, அணி அணியாய் அலங்காரஞ்செய்யும் உவமானங்களை, உபகதைகளை, அவரது கொச்சை வார்த்தை உச்சரிப்பை, அவரது வர்ணனையை, உடல் துடிப்பைப் பார்க்கவும், கேட்கவும் வெகுதூரத்திலிருந்து ஜனங்கள் வண்டுகள் மொய்ப்பதுபோல் வந்து மொய்பார்கள்.

அவர் இயற்கையின் புதல்வர்!

மண்ணை மணந்த மணாளர்!

மண்ணோடு மண்ணாய் உழலும் மாந்தர்களுக்கு நாயக்கரின் பிரசங்கம் ஆகாய கங்கையின் பிரவாகம் என்பதில் சந்தேகமில்லை...

செய்ய வேண்டும் என்று தோன்றியதைத் தயங்காமல் செய்யும் தன்மை அவரிடம் காணப்படுவதுபோல தமிழ் நாட்டில் வேறு எவரிடமும் காணப்படுவதில்லை.

தமிழ்நாட்டின் வருங்காலப் பெருமைக்கு நாயக்கர் அவர்கள் முன்னோடும்பிள்ளை, தூதுவன்.

வருங்கால வாழ்வின் அமைப்பு அவர் கண்ணில் அரை குறையாகப் பட்டிருக்கலாம். (எவர் கண்ணிலே அது முழுமையாகப் பட்டிருக்கிறதாக யார் உறுதியாகச் சொல்லமுடியும்?)

ஆனால், மலைகளையும், மரங்களையும் வேறோடு பிடுங்கி யுத்தம் செய்த மாருதியைப்போல அவர் தமிழ்நாட்டின் தேக்கமுற்ற வாழ்வோடு போர் புரியும் வகையைக் கண்டு நாம் வியப்படையாமல் இருக்க முடியாது! *(1933ல் வ.ரா. அவர்கள் 'காந்தி' இதழில் எழுதியது.)*

பெரியார் பற்றி இன்றைக்கு 89 ஆண்டுகளுக்கு முன்னரே அந்த அக்கிரகாரத்து அதிசய மனிதர் அதிசயத்துச் சொன்னது எவ்வளவு உண்மையாய் விளங்குகிறது.

தமிழ்நாட்டின் தேக்கமுற்ற வாழ்வோடு பெரியார் போர்புரியும் வகை வ.ரா.வை வியப்பிலாழ்த்தியிருக்கிறது.

அதாவது, ராகுல்ஜி படம்பிடித்துக் காட்டிய தேங்கிவிட்ட சமூகத்திற்கு விடிவு வேண்டிப் போராடியவர் அல்லவா பெரியார்?

12

முற்றுணர்ந்த பேராசிரியர்

சாதாரணமாக இராமசாமியாருடைய பிரசங்கங்கள் மூன்று மணி நேரத்திற்குக் குறைவது கிடையாது. இந்த அம்சத்தில் தென்னாட்டு ராமசாமியார் வடநாட்டுப் பண்டித மாளவியாவை ஒத்தவராவார்.

ஆனால், இருவருக்கும் ஒரு பெரிய வித்தியாசம் உண்டு.

பண்டிதரின் பிரசங்கத்தை அரை மணி நேரத்துக்கு மேல் என்னால் உட்கார்ந்து கேட்க முடியாது. பஞ்சாப் படுகொலையைப் பற்றிய தீர்மானத்தின் மேல் பேச வேண்டுமென்றால் பண்டிதர், சுராஜ் உத்தௌலா ஆட்சியில் ஆரம்பிப்பார். 1885ஆம் வருஷத்தில் காங்கிரஸ் மகாசபை ஸ்தாபிக்கப்பட்ட காலத்திற்கு வருமுன் பொழுது விடிந்துவிடும். ஆனால் இராமசாமியார் இவ்வாறு பழங்கதை தொடங்குவதில்லை. எவ்வளவுதான் நீட்டினாலும் அவருடைய பேச்சில் அலுப்புத் தோன்றுவதே கிடையாது.

அவ்வளவு ஏன்?

தமிழ்நாட்டில் இராமசாமியாரின் பிரசங்கம் ஒன்றை மட்டும்தான் என்னால் மூன்று மணிநேரம் உட்கார்ந்து கேட்க முடியுமென்று தயங்காமல் கூறுவேன்.

அதிக நீளம் என்னும் ஒரு குறைபாடு இல்லாவிட்டால், ஈரோடு ஸ்ரீமான் ஈ.வெ. ராமசாமி நாயக்கருக்குத் தமிழ்நாட்டுப் பிரசங்கிகளுக்குள்ளே முதன்மை ஸ்தாபனம் தயங்காமல் அளித்துவிடுவேன். அவர் உலகானுபவம் என்னும் கலா சாலையில் முற்றுணர்ந்த பேராசிரியர் என்பதில் சந்தேகமில்லை. எங்கிருந்துதான் அவருக்கு அந்தப் பழமொழிகளும், உப மானங்களும் கதைகளும் கற்பனைகளும் கிடைக்கின்றனவோ நானறியேன்!

நாம் சொல்ல விரும்பும் விஷயங்களை மக்களின் மனத்தைக் கவரும் முறையில் சொல்லும் விந்தையை அவர் நன்கறிவார். அவர் கூறும் உதாரணங்களின் சிறப்பையோ சொல்ல வேண்டுவதில்லை.

இராமசாமியாரின் பிரசங்கம் பாமர ஜனங்களுக்கே உரியது என்று ஒரு சிலர் கூறக்கேட்டிருக்கிறேன்.

பாமர ஜனங்களை வசப்படுத்தும் ஆற்றல் தமிழ்நாட்டில் வேறெவரையும்விட அவருக்கு அதிகம் உண்டு என்பதில் சந்தேகமில்லை.

ஆனால், இதிலிருந்து அவருடைய பிரசங்கம் படித்தவர்களுக்கு ரசிக்காது என்று முடிவு செய்தல் பெருந்தவறாகும்.

என்னைப் போன்ற அரைகுறைப் படிப்புக்காரர்களே யன்றி முழுதும் படித்துத் தேர்ந்த பி.ஏ., எம்.ஏ., பட்டதாரி களும்கூட அவருடைய பிரசங்கத்தைக் கேட்டு மகிழ்ந்திருக் கிறார்கள். அவருடைய விவாதத்திறமை அபாரமானது.

இவர் மட்டும் வக்கீலாகி வந்திருந்தால் நாமெல்லாம் ஓடு எடுத்துக்கொள்ள வேண்டியதுதான் – என்று ஒரு பிரபல வக்கீல் மற்றொரு வக்கீல் நண்பரிடம் கூறியதை நான் ஒரு சமயம் கேட்டேன்.

இது எழுத்தாளர் கல்கி (1931 ஆனந்த விகடனில்) பெரியாரைப் பற்றி மனம் ஒப்பப் பாராட்டியவை. கல்கியும் பிறப்பால் ஒரு பிராமணர் என்பது நாம் அறிந்ததே.

தன்னை அக்கிரகாரத்துக்காரர்களும் புரிந்துகொள்ள வாய்ப்புத் தந்திருக்கிறார் பெரியார்.

அக்கிரகாரத்து ஆட்களின் சிந்தனையிலும் அவர் தாக்கங்களை ஏற்படுத்தியிருக்கிறார்.

பொதுவாழ்வில் அவர் போட்ட தடம் என்பது சாதிய, மதவாதச் சழக்குகளைக் கடந்து மனித நேயத்தின் எல்லைகளைத் தொடுவதாகும்.

உயர் பண்பின் உறைவிடமாய்த் திகழ்ந்தார் பெரியார். தன் கொள்கையில் கொண்டிருந்த பற்றுறுதியும் மக்களிடையே எடுத்துச்சொல்ல அவர் மேற்கொண்ட வழிமுறைகளும் இன்றைக்கும் பொதுவாழ்வில் உள்ளோர் கற்றொழுக வேண்டிய பாடங்களாகும்.

13

சீரிய தவமியற்றிய சிங்கம்

1937 டிசம்பர் 26 அன்று திருச்சியில் நடந்தது தமிழர் மாநாடு. அதனை முன்னின்று கூட்டியவர்கள் கி.ஆ.பெ.விஸ்வநாதனும், தி.பொ.வேதாசலமும் ஆவர்.

அது அன்று தமிழர்கள் மீது கட்டாயமாகத் திணிக்கப்பட்ட இந்திக்கு எதிராகக் கூட்டப்பட்ட மாநாடாகும். அந்த மாநாட்டில் யாரெல்லாம் பங்கேற்றனர் தெரியுமா?

காங்கிரஸ் கட்சியினர், நீதிக் கட்சியினர், முஸ்லிம் லீக் கட்சியினர், கிறிஸ்தவ சபையினர், வைதீக பிராமணர், பண்டிதர்கள், தாழ்த்தப்பட்டோர் என்று அனைவருமே பங்கேற்ற மாநாடாகும் அது.

பெரியாரின் சரியான அணுகுமுறைக்குக் கிட்டிய வெற்றிதான் இப்படி வைதீகர்களும் இந்தி எதிர்ப்புக்குத் துணைபோனது. அது மட்டுமல்ல, திருச்சியிலிருந்து 100 பேர் கொண்ட ஒரு இந்தி எதிர்ப்புப் படை பெரியார் மற்றும் கலிபுல்லா சாகிப் எம்.ஏ., பி.எல்., போன்றவர்களின் நல்லுரை வழியனுப்புதலுடன் கிளம்பியது.

சென்னையை அடைந்த இத்தமிழர் படையை வரவேற்க சென்னைக் கடற்கரையில் மாபெரும் கூட்டம் கூடியது. அதில் பல்லாயிரம் பேர் கூடினர்.

அந்தக் கூட்டத்தில்தான் தந்தை பெரியார் "தமிழ்நாடு தமிழருக்கே" என்று முதன்முறையாக முழங்கினார்.

இந்தப் படையில் சென்ற பிறர் ராவ்சாகிப் ஐ.குமாரசாமி பிள்ளை. படைத்தலைவர் இவர்தான். மணவை ரெ. திருமலைசாமி, கே.வி.அழகர்சாமி, மூவலூர் இராமாமிர்தம்மாள், முகைதீன் போன்றவர்கள் இப்படையில் இடம்பெற்ற முக்கியமானவர்கள். அதில் முன்னின்ற படை வீரர்களில் முதலாமவர் காஞ்சிபுரம் பரவஸ்து ராஜகோபாலாச்சாரியார் எனும் பிராமணர்.

ஆமாம்! பெரியாரின் இந்தி எதிர்ப்புத் தமிழர் படையில் பிராமணர்.

அவர் தந்தை பெரியார் குறித்துக் கூறுவன இங்கு நோக்கத் தக்கவையாகும். இதோ அவை:

தமக்கென வாழாது, பிறர்க்கே வாழவேண்டுமென்பது பண்டைத் தமிழரின் உயரிய கருத்தாகும்.

இச்சீரிய கருத்தைத் தம் வாழ்நாட்களில் கொண்டு, அதன்படி எல்லியும், காலையும் தூயதொண்டாற்றி, மக்கள் அனைவரும் மாய வலையில் சிக்கா வண்ணம் அறிவு கொளுத்தி, 'பிறப்பொக்கும்' என்னும் தூய மொழியை இம் மாநிலத்தில் நிலைநாட்டிய பேரறிஞருள் நம் ஈ.வெ.ராமசாமி அவர்கள் முதல்வர் என்றால், வேறு கூறவேண்டுமா?

மேலும் அவர் கூறுகிறார்:

இத்தகையார் வாழ்க்கையில், குறளில் கூறிய இயல்புகள் எல்லாம் தாமாகவே அமைதல் இயற்கையேயாகும்.

பெரியார் வாழ்க்கையும், தன்னலம் கருதாது பிறர்க்கே உழைத்து ஏழையானதும், தாய் தந்தை, தாரம், தமர் அனைத்தும் நோயெனக் கருதி, அவர்கள் பிரிந்த காலத்தும் இன்ப துன்பமில்லாமல் மன அமைதியோடு 'கருமமே கண்ணாயினார்' என்பதற்கோர் இலக்கியமாகவும் விளங்கினார்.

சிறைக் கோட்டத்தை அறக்கோட்டமாக மாற்றி, அறிவுக் கேடர்க்குத் தம் சான்றாண்மையால் பகுத்தறிவூட்டி, ஏனைய தமிழர் வாழ்வுகண்ட தெள்ளியராவார்.

அரசியல் போரிலே மூண்டு முன்னிலையில் நின்று, நாடு விடுதலைபெறச் சீரிய தவமியற்றும் சிங்கம் ஈ.வெ.ரா. அவர்கள் நீடூழி வாழ்க! (1939).

பெரியார் குறித்த பிராமண ஆச்சாரியாரின் கணிப்பும் ஆழமானதுதானே?

14

காந்தியார் கொலையுண்ட கனத்த பொழுதினிலே...

அது மகாத்மா காந்தி படுகொலை செய்யப்பட்டிருந்த சமயம். நாடே தாங்கொணாத துயரத்துடனும் பெருங்கோபத்தோடும் கொந்தளிப் போடும் இருந்தவேளை அது. பரபரப்புகளுக்கும் சற்றே அயர்ந்தால் கலவரங்களுக்கும் ஏற்றதான தருணமாக அது இருந்தது. திருவாரூர் பக்கம், நன்னிலத்தை அடுத்த சன்னாநல்லூரில் பெரியார் பங்கேற்பில் திராவிடர் கழகம் சார்பில் பொதுக்கூட்டம் நடந்துகொண்டிருந்தது. வழக்கம் போல ஒரு இளம் பேச்சாளர் பேசிக்கொண்டிருந்தார். இயல்பான தனது பேச்சின்போது காந்தி படு கொலைச் சம்பவத்தைத் தொடுகிறார். அப்போது, கோட்ஸே ஒரு பிராமணர் என்று சொல்லி, தமிழ்நாட்டு பிராமணர்களை விமரிசிக்கத் தொடங்குகிறார்.

உடனே மேடையில் அமர்ந்திருந்த பெரியார் பலகைகொண்டு அமைக்கப்பட்டிருந்த அந்த மேடையின் தரையைத் தன் கைத்தடியால் தட்டித் தட்டி ஒலியெழுப்புகிறார்.

பெரியார் இப்படித் தடியைக்கொண்டு தட்டினால் அது ஒரு எச்சரிக்கை சமிக்ஞை.

அதற்கான பொருள் கழகத்தினருக்குத்தான் தெரியும்:

இந்தப் பேச்சு தவிர்க்கப்பட வேண்டியது, முடித்துக்கொள்! என்பதே அதன் பொருள்.

பேச்சை முடித்துக்கொண்ட அந்த இளைஞர் முகம் வாடியிருக்கிறது. பிராமணீயத்தின் தீமையை மக்களுக்கு உணர்த்த இது எவ்வளவு நல்ல வாய்ப்பு... அதைப்போய் பெரியார் தடுத்து விட்டாரே.

அப்போது அந்த இளம் பேச்சாளரிடம் பெரியார் கோபத்தோடு இப்படிச் சற்றுக் கடிந்தே சொல்லியிருக்கிறார்:

> நமக்கு பார்ப்பனியத்தோடுதான் முரண். தனிப்பட்ட பார்ப்பனர்களோடல்ல.
>
> தவிரவும், நாடு இப்போது இருக்கிற நிலையில் இப்படிப் பேசலாமா?
>
> மக்கள் ஏற்கெனவே கொந்தளிப்பில் இருக்கிறபோது அதைத் தூண்டிவிடுற மாதிரிப் பேசுவது கலவரங்களை உண்டாக்காதா? சமூகத்தைப் பிளவுபடுத்துவதா நம் நோக்கம்?

மகாத்மா காந்தியைச் சுட்டுக்கொன்றது ஆர்.எஸ்.எஸ். அமைப்பில் இருந்த நாதுராம் கோட்சே. அவனொரு சித்பவன பிராமணன்.

இந்தச் செய்தி பரவத்தொடங்கியபோதுகூட பெரியார் அவ்வாறு பிரச்சாரம் செய்ய விரும்பவில்லை. அதுமட்டுமல்ல... மக்களை அமைதி காக்கும்படி வேண்டிக்கொண்ட அவர், தனக்கேயுரிய பாணியில் அந்தப் படுகொலைக்குப் பின்னேயிருந்த மதவெறிக் கருத்தை அம்பலப்படுத்தினார்.

அத்தோடு தமிழர்களின் நல்லிணக்க இயல்பையும் அழுத்தமாகக் குறிப்பிட்டார்.

7.2.1948 'குடிஅரசு' ஏட்டில் பெரியார் இப்படி எழுதினார்:

> காந்தியாரின் இடத்தை நிறைவு செய்பவர் இந்நாட்டில் எவருமே இல்லை.
>
> மக்கள் தங்களது அரசியல், மத வேறுபாடுகளைக் கடந்து சகோதரபாவத்துடன் நடந்துகொள்வதே நாம் காந்தியாருக்குச் செய்யும் மரியாதையாகும்.
>
> தென்னாட்டு திராவிடர்கள் இயல்பாகவே நாட்டில் அமைதியும் சமாதானமும் நிலவ வைப்பர்!

சமூக ஒற்றுமையை வலியுறுத்தி அகில இந்திய வானொலியில் அவர் உரையாற்றினார். அதனையடுத்து 22.2.1948 அன்றைய 'விடுதலை'யில் இதுபற்றி விரிவாக எழுதினார்:

"பார்ப்பான் ஒருவன் சுட்டான் என்ற காரணத்திற்காக அந்தப் பார்ப்பனரைத் திட்டிவிடுவதாலோ அல்லது அந்தப் பார்ப்பன சமூகத்தையே அழித்துவிடுவதாலோ எத்தகைய உருப்படியான பலனும் ஏற்பட்டுவிடாது.

நான் கூறுகிறேன், சுட்டது பார்ப்பான் அல்ல, சுட்டது கைத்துப்பாக்கி. அதற்காகப் பார்ப்பான் மீது கோபித்துக் கொள்வதாயிருந்தால், அந்த அளவுக்கேனும் அந்தப் பார்ப் பானின் கைக்கருவியாக இருந்த அந்தத் துப்பாக்கியின் மீது நாம் கோபித்துக்கொண்டாக வேண்டும்; அதை முதலில் துண்டு துண்டாய் உடைத்துத் தூள்தூளாக்க வேண்டும்.

காந்தியாரைச் சுட்டுக்கொல்ல உதவியாயிருந்த துப்பாக்கியின் மீது நாம் எவ்வளவு கோபப்படலாமோ, எவ்வளவு பழிக்கலாமோ அந்த அளவுக்குத்தான் அதை உபயோகப்படுத்திய பார்ப்பான் மீதும் நாம் கோபித்துக் கொள்ள முடியும்; பழிக்க முடியும். அவனைப் பழிப்பதாயிருந்தால் அதே அளவுக்கேனும் அவன் பின்னாடி இருந்துகொண்டு, அவனுக்கு ஆதரவாய் இருந்த மற்றவர்களையும் பழிக்க நாம் சித்தமாயிருக்க வேண்டும்.

அவனும் அந்தத் துப்பாக்கிபோல், அவர்களுக்கு ஒரு கருவியாக அமைந்துவிட்டான்.

மதத்தின் பேரால் உள்ள மூடநம்பிக்கைக் கருத்துகளும் சாதியின் பேரால் உள்ள ஆசார அனுஷ்டானங்களும் மற்றும் கடவுள் சாஸ்திரம் இவைகள் பேரால் உள்ள அறியாமையுந்தான் இம்மாதிரிக் காரியத்தைச் செய்யும்படி அவனைச் செய்துவிட்டன. இனியேனும் இப்படிப்பட்ட காரியம் நடவாமல் இருக்க வேண்டும்.

அவனைத் தூக்கில் போட்டுவிடுவதாலோ அல்லது அவன் சேர்ந்திருந்த ஸ்தாபனத்தைக் கலைத்துவிடுவதாலோ அல்லது அவனுக்கு ஆதரவாயிருந்த அத்தனை பேரையும் அழித்துவிடுவதாலோ இப்படிப்பட்ட காரியம் நின்றுவிடாது. இவை வெறும் தற்காலிக சாந்தியாகத்தான் இருக்க முடியும். இது ஒருபோதும் நிரந்தரமான சாந்தியாகிவிடாது.

இப்படிப்பட்ட கொலைகாரர்கள் தோன்ற எது ஆதாரமாயிருந்ததோ அதை அழித்து ஒழிக்க வேண்டும். ஒரு சமுதாயத்தையோ அல்லது ஒரு கூட்டத்தையோ அல்லது ஒரு சாதியையோ அப்படியே அழித்துவிடுவதால் இக்கொடுமை மறைந்துபோகாது.

காந்தியாரைக் கொன்றது ஒரு பார்ப்பான் என்று கூறப்படுகிறது. சித்தானந்தரைக் கொன்றது ஒரு முஸ்லிம் என்று கருதப்படுகிறது. இந்தப் பார்ப்பானோ அல்லது அந்த முஸ்லிமோ தனியாகத் தோன்றி இப்படிப்பட்ட காரியங்களைச் செய்துவிட்டதாக நாம் கூறிவிட முடியாது.

இம்மாதிரிச் சம்பவங்கள் எத்தனையோ நடந்திருக்கின்றன என்பதற்குச் சரித்திர ஆதாரங்களே இன்றும் இருந்து வருகின்றன.

மதுரை மாநகரில் 8,000 சமணர்கள் சைவத்தை எதிர்த்த தற்காகக் கழுவேற்றப்பட்டார்கள். அவர்களைக் கழுவேற்றியவன் பார்ப்பான் அல்லன். முஸ்லிமும் அல்லன். பின் யார்?

அன்றைய மதக் கருத்துப்படி அரசன் அவர்களைக் கழுவேற்ற ஆணையிட்டான். ஆகவே, அவனல்லன் கழுவேற்றியது; அவன் தழுவியிருந்த மதம்தான் அவர்களைக் கழுவேற்றும்படி அவனைத் தூண்டியது.

நமது சமுதாயம் இனிமேலும் சாந்தியோடு வாழ வேண்டுமானால், மதம் அற்ற ஒரு புது உலகத்தை நாம் சிருஷ்டிக்க வேண்டும்...

திராவிடர் கழகம் கலகத்திற்கோ கொள்ளைக்கோ பலாத்காரத்திற்கோ இருந்துவரவில்லை.

அதுவும் திராவிடர் கழகம் எனது கைக்கு வந்தது முதற்கொண்டு, அதில் நான் சேர்ந்து தொண்டாற்றிவந்த நாள் முதற்கொண்டு இந்நாள் வரைக்கும் அதை எந்த விதமான பலாத்காரத்திற்கோ பழிவாங்குவதற்கோ உபயோகப் படுத்தியவன் அல்லன்.

அத்தகைய செயலுக்கு அனுமதி கொடுத்தவனுமல்லன்.

திராவிடர் கழகத்தில் பலாத்காரத்திற்கு இடமில்லை.

பலாத்கார உணர்ச்சி வேண்டுமென்று கருதிய சிலரையும் கூட திராவிடர் கழகத்தைவிட்டு நீக்கித் தண்டித்திருக்கிறோம்.

பலாத்காரத்திற்கு மட்டுமல்ல, நடத்தைக் குறைவுக்காகவும், ஒழுக்கக் குறைவுக்காகவும்கூடப் பலரைக் கழகத்தைவிட்டு வெளியேற்றியிருக்கிறோம்.

கழகத்தின் தலைவன் என்கிற முறையில் அதை மக்களின் அன்பிற்கும் நல்லெண்ணத்திற்கும் பாத்திரமான ஸ்தாபனமாக்கக் கவலையோடு நான் அதை நடத்தி வருகிறேன்!"

இத்தனை விரிவான விளக்கத்தைத் தருகிறார் பெரியார் என்றால் எவ்வளவு முக்கியமானதாக சமூக நல்லிணக்கத்தை அவர் கருதியிருக்க வேண்டும் என்று சிந்தித்துப் பார்க்க வேண்டும்.

சாதி-மத பேதங்களற்ற சமுதாயத்தைச் சமைக்க வேண்டும் என்கிற தனது விருப்பத்தை வெளிப்படுத்தியவர், தனது கொள்கையை எடுத்து இயம்பியவர் அதற்காக இயங்குகிற தனது கழகத்தில் வன்முறைக்குத் துளியும் இடமில்லை என்றும் திடமாகச் சொன்னார்.

அவர்தான் பெரியார்!

"உள்ளதைப் பங்கிட்டு உண்பது, உழைப்பைப் பங்கிட்டுச் செய்வது என்ற நிலை ஏற்பட்டால் கடவுளுக்கு வேலையோ, அவசியமோ இருக்காது."

— தந்தை பெரியார்

இயல் 3:
பெரியாரைத் துணைக்கோடல்

15

பார்ப்பனத் தோழர்களுக்கு...

பின்வரும் தந்தை பெரியார் ஆற்றிய இந்தப் பேருரை சமூகவியல் சார்ந்து அவர் கொண்டிருந்த விரிந்து பரந்த ஞானத்தை, விசாலமான அவரது மனதைக் காட்ட வல்லது.

05-01-1953 அன்று சென்னை ராயப்பேட்டை சீனிவாசப் பெருமாள் கோவில் வளாகத்தில் அமைந்திருந்த அரங்கத்தில் பெரியார் பங்கேற்ற கூட்டத்திற்கு ஏற்பாடு செய்யப்பட்டிருந்தது.

அதை நடத்தியது லட்சுமிபுரம் யுவ சங்கம் எனும் அமைப்பு. பிராமண இளைஞர்களால் நடத்தப்பட்டுவந்த அந்த அமைப்புதான் பெரியாரை அழைத்திருந்தது. அந்தக் கோவில் அமைந்திருந்த அந்தப் பகுதியைச் சுற்றிலும் பிராமணர்களே அதிகம் வசித்து வந்தார்கள்.

யுவ சங்கம் அமைப்பின் சார்பில் அடிக்கடி அங்கே சிறப்புக் கூட்டங்கள் நடைபெறுவது வழக்கம்தான். உள்ளூர் தலைவர்கள் முதல் அகில இந்தியத் தலைவர்கள் வரையில் அங்கே உரை நிகழ்த்துவார்கள். அத்தனை செல்வாக்கு மிக்கவர்களால் நடத்தப்பட்டுவந்த அமைப்பாக அது இருந்தது.

ஒருமுறை மத்திய பட்ஜெட் குறித்து பிரபலமான முக்கியப் பிரமுகர் பல்கிவாலா அங்கே பேசியிருக் கிறார்.

அதையொட்டி அக்கோவில் நிர்வாகிகளுக்கும் இந்த அமைப்பினருக்கும் ஏற்பட்ட கருத்து வேறுபாடு காரணமாக சில காலம் கூட்டங்கள் நடப்பதில் தடங்கல் ஏற்பட்டுள்ளது.

ஆந்திரப் பிரிவினை பற்றிப் பேச தந்தை பெரியார் அங்கே அழைக்கப்பட்டிருந்தார். அவரது தலைமையில் நடந்த அக் கூட்டத்தில் டி.கே.சண்முகம், முத்தையா முதலியார் ஆகியோர் பேசிய பின்னர் பெரியார் பேசினார். அப்போது அதற்குமுன்னர் சீனிவாச ஐயங்கார் மறைவுக்கு நடைபெற்ற இரங்கல் கூட்டத்தில் தாம் பங்கேற்றது பற்றி நினைவுகூர்ந்தார் பெரியார்.

அது பிராமணர் கோட்டை. அவர்கள் மத்தியில் மிகத் தெளிவாகவும் துணிவோடும் பேசினார் பெரியார். அவரின் மிகவும் முக்கியத்துவம் வாய்ந்த சொற்பொழிவுகளுள் இதுவும் ஒன்றெனவே கருதப்படுகிறது.

இந்தக் கூட்டத்திற்காக பத்திரிகைகளில் விரிவாகவே விளம் பரங்கள் செய்யப்பட்டிருந்தன. பிராமண சமூகத்தைச் சார்ந்த பிரமுகர்கள் சுமார் இருநூறு பேருக்கும் மேற்பட்டவர்கள் அங்கே போடப்பட்டிருந்த நாற்காலிகளில் உட்கார்ந்திருந்தார்கள். மேலும் 2 அல்லது 3 ஆயிரத்திற்கும் அதிகமானோர் கூடி, அவர்களுள் பெரும்பாலோர் நெருக்கியடித்து நின்றுகொண்டிருந் தார்கள்.

பெண்களும் கனிசமான எண்ணிக்கையில் பெரியாரின் இந்தக் கூட்டத்திற்கு வந்திருந்தார்கள். அங்கே கூடியிருந்தோரில் ஆகப் பெரும்பான்மையோர் பிராமண சமூகத்தவர்களே என்று தெரிகிறது. தந்தை பெரியாரின் சொற்பொழிவைக் கேட்க அவர்கள் மிகுந்த ஆர்வம் கொண்டிருந்தார்கள்.

உயரமான மேடை. உயர்ரக ஒலிபெருக்கி அமைப்பு. பெரியார் மிகச்சரியாக 6.15 மணிக்கெல்லாம் வந்துவிட்டார். சங்கத் தலைவர், ஓய்வுபெற்ற மாவட்ட நீதிபதி திவான் பகதூர் கே.எஸ்.இராமசாமி சாஸ்திரியார், சங்கச் செயலாளர் ஆர். சீனிவாசராகவன் ஆகியோர் தந்தை பெரியாரையும், டி.கே. சண்முகத்தையும் மேடையிலேற்றி, பெரும் ரோஜாப்பூ மாலைகளை பலத்த கரவொலிக்கு இடையே அவர்களுக்கு அணிவித்தார்கள்.

கூட்டம் துவங்கியது. தலைவர் இராமசாமி சாஸ்திரியார் தலைமை வகித்துப் பேசத் தொடங்கினார். பெரியாரைப் புகழ்ந்து ரைத்தார். அப்போது, நமது தலைவர் பெரியார் அவர்கள் இந்த

நெருக்கடியான சமயத்தில் நமக்கு நல்லபடியாக வழிகாட்ட வேண்டும் என்று தனது தலைமையுரையின்போது கேட்டுக் கொண்டார்.

தந்தை பெரியார் தனது நிறைவுரையை மிக விரிவாகவே வழங்கினார். அவர் ஏறக்குறைய ஒருமணி நேரத்திற்கும் அதிகமாகவே பேசினார். அந்தப் பேச்சின்போது பெரியார் இப்படிக் குறிப்பிட்டார்:

எனக்குமுன் பேசிய நண்பர் சீனிவாசராகவன் பேசுகிற போது ஒரு விசயத்தைக் குறிப்பிட்டார்கள். அதைப்பற்றி நான் ஏதாவது சொல்ல வேண்டிய அவசியத்தில் இருக்கிறேன்.

அதாவது, யாரோ சில பிராமணர்கள் அவரை பெரியார் ராமசாமி நாயக்கர் பிராமணர்கள் இந்நாட்டில் வாழவே கூடாது என்று பேசி வருகிறார். அவரை நீங்கள் எப்படி இங்கே கூப்பிட்டீர்கள் என்பதாகக் கேட்டார்கள் என்று சொன்னார்.

பிராமணர்கள் இந்த நாட்டில் வாழக்கூடாது என்றோ, இருக்கக் கூடாது என்றோ திராவிடர் கழகம் வேலை செய்யவில்லை. திராவிடர் கழகத்தின் திட்டமும் அதுவல்ல. திராவிடர் கழகத்தினுடைய திட்டமெல்லாம், திராவிடர் கழகமும் நானும் சொல்லுவது எல்லாம், விரும்புவது எல்லாம் நாங்களும் கொஞ்சம் வாழ வேண்டும் என்பதுதான். இந்த நாட்டில் நாங்களும் கொஞ்சம் மனிதத் தன்மையோடு சமத்துவமாக இருக்க வேண்டும் என்பதுதான்.

இது பிராமணர்களை வாழக்கூடாது என்று சொன்ன தாகவோ, இந்த நாட்டைவிட்டு அவர்கள் போய்விட வேண்டும் என்று சொன்னதாகவோ அர்த்தம் ஆகாது. அவர்களைப் போகச் சொல்ல வேண்டிய அவசியமும் இல்லை. அது ஆகிற காரியம் என்று நான் கருதவும் இல்லை.

தவிரவும் பிராமணர்களுக்கும் நமக்கும் பிரமாதமான பேதம் ஒன்றும் இல்லை. அவர்கள் அனுசரிக்கிற சில பழக்கவழக்கங்களையும் முறைகளையும்தான் நாங்கள் எதிர்க்கிறோம். இது அவர்கள் மனம் வைத்தால் மாற்றிக் கொள்ளுவது பிரமாதமான காரியம் அல்ல.

நமக்கும் அவர்களுக்கும் என்ன பேதம்?

ஒரே குழாயிலே தண்ணீர் பிடிக்கிறோம். ஒரு தெருவிலே நடக்கிறோம். ஒரு தொழிலையே இருவரும் செய்கிறோம். காலமும் பெருத்த மாறுதல் அடைந்துவிட்டது. மக்களும் எவ்வளவோ முன்னேற்றம் அடைந்து விட்டார்கள். விஞ்ஞானம் பெருக்கம் அடைந்துவிட்டது. இந்நிலையில் நமக்குள் மனிதத் தர்மத்தில் பேதம் இருப்பானேன்?

ஆகவே, உள்ள பேதங்கள் மாறி நாம் ஒருவருக்கொருவர் சமமாகவும், சகோதர உரிமையுடனும் இருக்க வேண்டும் என்பதற்காகத்தான் பாடுபடுகிறேன். நம்மிடையில் பேத உணர்ச்சி வளரக்கூடாது என்பதில் எனக்குக் கவலை உண்டு. எனது முயற்சியில் பலாத்காரம் சிறிதும் இருக்கக்கூடாது என்பதிலும் எனக்குக் கவலை உண்டு.

காலம் எப்போதும் ஒன்றுபோலவே இருக்க முடியாது. நம்மில் இருதரப்பிலும் பல அறிஞர்களும் பொறுமைசாலிகளும் இருப்பதனாலேயே நிலைமை கசப்புக்கு இடமில்லாமல் இருந்து வருகிறது. இப்படியே என்றும் இருக்கும் என்று நினைக்க முடியாது.

திராவிடர் கழகப் பின் சந்ததிகளும், பிராமணர்கள் பின் சந்ததிகளும் இந்தப்படியே நடந்துகொள்ளுவார்கள் என்றும் கூறமுடியாது. ஆதலால், அதிருப்திக்குக் காரணமானவைகளை மாற்றிக் கொள்ளுவது இருவருக்கும் நலம். அதை நண்பர் சீனிவாசராகவன் அவர்களும் நன்றாய் விளக்கியிருக்கிறார். அதாவது, பிராமணர்களும் காலதேச வர்த்தமானத்துக்குத் தக்கபடி தங்களை மாற்றிக்கொள்ள வேண்டும் என்று சொன்னார். அதுதான் இப்போது இருதரப்பினரும் கவனிக்க வேண்டியது.

உண்மையில் இந்தச் சந்தர்ப்பத்தில் மேலும் சிறிது சொல்லுகிறேன். பிராமணர்களில் எனக்கு யாரிடமும் தனிப்பட்ட விரோதம் இல்லை. உதாரணமாக இந்தக் கூட்டத்திலே கண்ணீர்த் துளி*யைச் சேர்ந்த ஒருவர் அதிகப்பிரசங்கித்தனமாக சில கேள்விகள் கேட்டிருக்கிறார். இதோ பாருங்கள். [கேள்விகள் எழுதப்பட்டிருந்த காகிதத்தைக் காட்டுகிறார்.] அந்தக் கேள்வித்தாளை கையெழுத்துப் போட்டு, கண்ணீர்த்துளி*க்கு உள்ள பெயரையும் போட்டுக் கொடுத்திருக்கிறார்.

அதில், ஆச்சாரியாருடன் சிநேகமாக இருந்துகொண்டு, உள்ளுக்குள் அவரை ஆதரித்துக்கொண்டு இருப்பதனாலும் தானே உன்னை அங்கு (பிராமணர்கள்) வரவேற்றிருக்கிறார்கள் என்று எழுதியிருக்கிறார். மற்றும் பல எழுதியிருக்கிறார். அவர் எழுதியது எப்படியோ இருக்கட்டும்.

ஆச்சாரியார் எனக்கு நல்ல நண்பர்தான். ஆச்சாரியாரைப் போலவே மற்றும் பல பார்ப்பனர்களும் எனக்கு நண்பர்களாக இருந்துதான் வருகிறார்கள். நெருங்கிப் பழகிக்கொண்டும் வருகிறார்கள். ஆனால், அதற்காக ஆச்சாரியார் மந்திரிசபையை ஆதரிப்பதோ அவர் மந்திரியாக இருக்க வேண்டும் என்று விரும்புவதோ, திராவிடர் கழகத்தின் எந்த ஒரு சிறு கொள்கையையாவது விட்டுக் கொடுப்பதோ அடியோடு கிடையவே கிடையாது. அது மாத்திரமல்ல. அவர் மந்திரியானது முதல் இன்றுவரையிலும் நான் அவரைச் சந்தித்ததும் கிடையாது. கருத்துக்கள் பரிமாறிக் கொண்டதும் கிடையாது. அவர் மந்திரியாய் வருவதை நான் விரும்பினதாகச் சொல்லமுடியாது. ஆனல், கம்யூனிஸ்டுகள் தாங்கள் வெற்றி பெற்றவுடன் திடீரென்று ஆந்திர பிராமணரை மந்திரியாகக் கொண்டுவர முயற்சித்தார்கள். எனக்கு அது பிடிக்கவில்லை. அந்தச் சமயத்தில் ஆச்சாரியார் பெயர் அடிபட்டதும், இருவரில் அவரைவிட ஆச்சாரியார் மேல் என்று கருதினேன். எழுதினேன். இது பொதுநலத்தை உத்தேசித்தே தவிர சிநேகிதத்துக்கு ஆகவோ, வேறு சுயநலத்துக்கு ஆகவோ அல்ல. இன்றும் நல்ல காரியங்களை வரவேற்கிறேன். அதிருப்தியான காரியங்களை எதிர்க்கிறேன்.

நாம் யாவரும் சேர்ந்து செய்யவேண்டிய வேலை ஒன்று இருக்கிறது. அதுதான் மேலேயே குறிப்பிட்டிருக்கிறேன். நாம் நம் நாட்டை பூரண விடுதலை உடைய நாடாகச் செய்துகொள்ள வேண்டும். அதற்காக நாம் யாவரும் ஒன்றுபட்டு உழைக்க வேண்டும். நம் தமிழ் நாட்டவன் அல்லாத வேறு எவனும் நம் நாட்டைச் சுரண்டாமலும், நம் நாட்டின்மீது ஆதிக்கம் செலுத்தாமலும் பார்த்துக்கொள்ள வேண்டும். இதில் நாம் யாவரும் ஒன்றுபட்டு உழைக்க வேண்டுமென்று ஆசைப்படுகிறேன்.

பெரியோர்களே, இந்த இடத்துக்கு நீங்கள் என்னை அழைத்ததற்கும், என்னைத் தலைமை வகிக்கச் செய்து பெருமைப்படுத்தினதற்கும், உங்கள் உளம் நிறைந்த புகழ் வார்த்தைகளுக்காகவும் மறுபடியும் எனது மனமார்ந்த நன்றியறிதலைத் தெரிவித்துக் கொள்ளுகிறேன்."

பெரியார் தனது வாழ்நாளெல்லாம் எந்தச் சமூகத்தின் போக்கினை வன்மையாகக் கண்டித்துக் களம் கண்டாரோ அதே பிராமண சமூகத்தார் முன்னிலையில் அவர் ஆற்றிய இந்தச் சொற்பொழிவே அவர் பிராமணர்களின் எதிரியல்லர் என்பதற்கான தக்க சான்றாக விளங்குகிறது.

இந்த உரை பிறகு விடுதலையிலும் வெளிவந்தது. அதன் தலைப்பே "பார்ப்பனத் தோழர்களுக்கு!" என்பதாகத்தான் இருந்தது. தான் வாழ்நாள் முழுதும் எதிர்த்துவந்த மக்கட் பிரிவையும்கூட தோழர்களென விளித்தவர் அவர்.

ஒடுக்கப்பட்ட மக்களின்பால் தனக்கிருக்கும் ஆதரவு நிலைக்கு அவர் தந்த அறிவார்ந்த விளக்கம் இது:

சமுதாயத்துறையில் பார்ப்பனர்கள் அனுஷ்டிக்கிற உயர்வு, அவர்கள் அனுபவிக்கிற அளவுக்கு மேற்பட்ட விகிதம் ஆகியவை களில்தான் எனக்கு வெறுப்பு இருக்கிறது. இது பார்ப்பனர்களிடம் மாத்திரமல்ல. இந்த நிலையில் உள்ள எல்லோரிடத்திலுமே நான் வெறுப்புக் கொள்கிறேன்.

இந்நிலை என்னிடத்தில் ஏற்பட்டிருப்பதற்குக் காரணம், ஒரு தாய் வயிற்றில் பிறந்த எல்லா மக்களுக்கும் சம அனுபவம் இருக்க வேண்டும் என்று கருதி, ஒன்றுக்கொன்று குறைவு, அதிகம் இல்லாமல் பார்த்துக்கொள்வது எப்படி ஒரு தாய்க்கு இயற்கை குணமாக இருக்குமோ, அதுபோலத்தான் எனக்கும் தோன்றுகிறது.

மற்றும் அந்தத் தாய் தனது மக்களில் உடல்நிலையில் இளைத்துப்போய், வலிவு குறைவாய் இருக்கிற மகனுக்கு, மற்ற குழந்தைகளுக்கு அளிக்கிற போஷணையைவிட எப்படி அதிகமான போஷணையைக் கொடுத்து மற்ற குழந்தைகளோடு சரிசமமானமுள்ள குழந்தையாக ஆக்கவேண்டுமென்று பாடுபடு வாளோ, அதுபோலத்தான் நான் மற்ற வலுக்குறைவான

பின்தங்கிய மக்களிடம் அனுதாபம் காட்டுகிறேன். இந்த அளவுதான் நான் பார்ப்பனரிடமும், மற்ற வகுப்புகளிடமும் காட்டிக்கொள்ளும் உணர்ச்சி ஆகும்.

உண்மையிலேயே பார்ப்பனர்கள் தங்களை இந்நாட்டு மக்கள் என்றும், இந்நாட்டிலுள்ள மக்கள் யாவரும் ஒருதாய் வயிற்றுப் பிள்ளைகள் என்றும், தாயின் செல்வத்துக்கும் வளப்பத்துக்கும் தாங்கள் எல்லோரும் சரிபங்கு விகிதத்துக்கு உரிமை உடையவர்கள் என்றும் கருதுவார்களேயானால், இந்நாட்டிலே சமுதாயப் போராட்டமும், சமுதாய வெறுப்பும் ஏற்பட வாய்ப்பே இருக்காது.

நலிவுற்ற குழந்தையின்மீது அதனைத் தேற்றும் பொருட்டு தாய் காட்டும் கரிசனமே பின்தங்கிய மக்களின் மேல் நான் காட்டும் அனுதாபம்' என்கிற மிக உயர்ந்த சிந்தனைக்குச் சொந்தக்காரரான பெரியாரா பிராமண துவேஷி? அந்த மகத்தான தலைவரா பிராமணர்களின் எதிரி? நியாயமான அளவிற்கும் அதிகமான உயர்வை, போஷாக்கை அனுபவித்தாலும் நீங்களும் ஒரு தாயின் குழந்தைகளே என்கிற அவரது பேரன்பும் பெரும் சிந்தனையும் எப்படி வெறுக்கும் தன்மையதாக ஆகும்?

நான் எதற்காக ஒரு சமுதாயத்தாரிடம் விரோதமோ, குரோதமோ கொள்ள வேண்டும்? நான் நமது நாட்டையும், சமுதாயத்தையும் ஆங்கில நாட்டுத் தன்மைக்கும், நாகரீகத்திற்கும் கொண்டுவர வேண்டும் என்கிற ஆசையுடையவன். இதற்கு முட்டுக்கட்டையாகப் பார்ப்பன சமுதாயம் இருக்கிறது என்று சரியாகவோ தப்பாகவோ கருதுகிறேன்.

உண்மையிலேயே எனக்கு மாத்திரம் பார்ப்பனர்களுடைய ஆதரவு இருந்திருக்குமானால் நம் நாட்டை எவ்வளவோ முன்னுக்குக் கொண்டுவர என்னால் முடிந்திருக்கும்.

நம் நாடு இன்று அடைந்திருக்கிற இந்தப் போலி சுதந்திரம் என்பது ஒன்றைத் தவிர மற்ற எல்லா வளர்ச்சிக்கும் பார்ப்பன சமுதாயம் எதிரியாக இருந்திருக்கிறது. இது மாத்திரம் அல்லாமல் நாட்டில் சமயம், தர்மம், நீதி, அரசியல் என்னும் பேரால் இருந்து வளர்ந்து வரும் எல்லாக் கேடுகளுக்கும் பார்ப்பன சமுதாயம் ஆதரவளித்தே வந்திருக்கிறது. வருகிறது.

அவர்களின் எதிர்ப்பையும் சமாளித்துத்தான் இந்த நாடும் இந்தச் சமுதாயமும் இந்த அளவுக்கு வளர்ந்திருக்கிறது. இனி தாங்கள் அப்படி இல்லையென்பதைப் பார்ப்பனர்கள் காட்டிக்கொள்ள வேண்டாமா?

பெரியாரின் இந்தக் கூற்றில் துவேஷமிருக்கிறதா அல்லது அறிவார்ந்த நிதானமிருக்கிறதா? நட்பு நீதியிலான வேண்டுகோளிருக்கிறதா? இனி தாங்கள் அப்படி இல்லை என பிராமணர்கள்தாம் தங்களை மாற்றிக்கொண்டு அந்தப்படியாக வெளிப்பட வேண்டும் என்பதே பெரியாரின் கொள்கையின் நோக்கம் என்றே கொள்ள வேண்டும்.

இனியேனும் பிராமணர்களும், வர்ணாசிரமத்தை நம்பிக் கடைபிடிக்கும் இதர மக்களும் பழமையை உதறிவிட்டு வள்ளுவன் சொன்னபடி "பெரியாரைத் துணைக்கோடல்" வேண்டாமோ?

★ கண்ணீர்த்துளி: தன்னிடமிருந்து பிரிந்துசென்று திராவிட முன்னேற்றக் கழகம் கண்ட அறிஞர் அண்ணா உள்ளிட்ட தி.மு.க.வினரைச் சிறிது காலம் கண்ணீர்த்துளிகளென அழைத்தார் பெரியார்.

16
நாம் ஏன் ஒதுக்கப்போகிறோம்?

பெரியார் எவ்வளவு பெரிய ஜனநாயகவாதி என்பதற்கு இந்த அவரின் பிரகடனமே சான்று:

என் அபிப்பிராயத்தை மறுக்க உங்களுக்கு உரிமையுண்டு! ஆனால், என் அபிப்பிராயத்தை வெளியிட எனக்கு உரிமை உண்டு!

இந்தக் கருத்தின் அடிப்படையிலேயே தனது இயங்கு தன்மையை வடிவமைத்துக்கொண்டார் அவர் என்றே தோன்றுகிறது. அதில் அவர் கூடுமானவரை உறுதிப்பாடு காட்டியே வந்திருக்கிறார். ஜனநாயகத்தின் மாண்பை உள்வாங்கிக்கொண்டு தனது விடாப்பிடியான போராட்டத்தை நடத்தியுள்ளார்.

ஜனநாயகத்தின் அடிப்படைத் தன்மைகளான கருத்துப் பரிமாறல், கருத்து முரண்படல், கருத்தைக் கருத்தால் எதிர்கொள்ளல், கருத்து மோதல் போன்றவற்றை அவரது நெகிழ்வான அணுகு முறைகளின் வாயிலாக அமலாக்கியே வந்துள்ளார்.

பெரியாருக்குப் பின்னான இன்றைய இந்திய நிலைமை என்னவாக இருக்கிறது? பாபாசாகேப் அம்பேத்கர் உருவாக்கித் தந்துள்ள இந்திய அரசியலமைப்புச் சட்டம் வழங்கியிருக்கிற ஜனநாயக உரிமைகள் ஒவ்வொன்றாகக் காவு கொள்ளப்படுகிற கொடூர நிலைமையல்லவா இன்றைக்கு அரங்கேறி வருகிறது?

ஏழையென்றும் அடிமையென்றும் எவரும் இத்தேசத்திலிருந்தலாகாது என்றல்லவா விடுதலைச் சமரில் வெந்து தணிந்தனர் நம் முன்னோர் பலர்? அதன் பொருள் பொருளாதார ஏற்றத்தாழ்வோடு சமூக ஏற்றத்தாழ்வுகளையும் இந்த மண்ணை விட்டு அகற்றுவது ஒன்றுதான் விடுதலையின் முழுமையான நோக்கம் என்பதுதானே?

ஆனால், இன்றைய இந்திய மக்களை மிகக்கொடூரமாகச் சுரண்டுகின்றது கார்ப்பரேட் பெருமுதலாளித்துவம். அந்தச் சுரண்டலோடு ஏழை எளிய, ஒடுக்கப்பட்ட மக்களின் கல்வி - வேலை வாய்ப்புகளை அவர்களின் பிறப்பு சார்ந்து மறுதலிக்கிறது ஆளும் வர்க்கம். ஆக, இருவகைத் தாக்குதலுக்கு உள்ளாகியிருக்கிறார்கள் இந்த நாட்டு மக்கள்.

இந்தப் பொருளாதாரத் தாக்குதலை உணராமலிருக்க மக்களின் எளிய மத நம்பிக்கைகளை ஆதாரமாகக் கொண்டு வெறியுணர்வு தூண்டப்படுகிறது. ஈராயிரமாண்டுகளுக்கும் மேலாக இங்கே இருந்துவரும் தந்திரம் இந்த இருபத்தோராம் நூற்றாண்டிலும் தொடர்கிற அவலம்.

நாடு முழுவதும் இதற்கான முயற்சிகளை ஆளுவோர் மேற்கொண்டாலும் எல்லா மாநிலங்களிலும் ஒரே விதமாக மக்கள் இதனை எதிர்கொள்வதில்லை என்பதையும் கவனிக்க வேண்டும்.

அதிலும் குறிப்பாக, சமூகச் சீர்திருத்த இயக்கங்கள் வலுவாக தங்களது வரலாற்றுப் பங்களிப்பைச் செய்த மாநிலங்களில், குறிப்பாக தமிழகம், கேரளம் போன்ற மாநிலங்களில் மத வெறியைத் தூண்டிக் குளிர்காய எண்ணுவோரின் எண்ணம் எளிதில் பலித்திடுமா என்ன?

தமிழகத்தில் பெரியாரின் அப்பழுக்கற்ற இயக்கத்தால் பிராமணர்கள் உள்ளிட்ட அனைத்து மக்களும் பழமைச் சிந்தனைகளிலிருந்து விழிப்புப் பெற்றிருக்கிறார்கள் என்பதற்கு எத்தனையோ சான்றுகளைச் சொல்லலாமல்லவா?

தம் பெயருக்குப் பின்னால் சாதி அடையாளத்தைப் போட்டுக் கொள்வதை அநாகரீகமெனத் தமிழ் மண்ணில் அனைத்துச் சாதியாரும் கருதும் நிலை இன்றுள்ளதா இல்லையா? பிராமண சமூகமும் இதற்கு விதிவிலக்கா என்ன?

தமிழ்நாட்டுப் பிராமணர்கூட சீனிவாச ஐயங்கார் என்றோ கணபதி ஐயர் என்றோ போட்டுக்கொள்வதைப் பெருமையாகக் கருதாதநிலை இங்கேஇருக்கிறதா இல்லையா? வர்ணாசிரமத்தை

ஆதரிக்கிறவர்கூட இதற்குத் துணிவதில்லையே இங்கு. இது எப்படி வந்தது? இதற்குக் காரணம் பெரியார் இல்லையா?

இளம் வயதில் கணவனை இழந்தாலும் விதவை என மொட்டையடிக்கப்பட்டு, காவி போன்றதொரு சேலை உடுத்தி, யார் கண்ணிலும் பட்டுவிடாமல் அமங்கலியாக மூலையில் உட்கார வைக்கப்பட்ட அந்த அக்கிரகாரத்துக் காட்சி இன்று வழக்கொழிந்து போனதற்கு யார் காரணம்? பெரியாரல்லாமல் வேறு யார் காரணம்?

விதவைக் கோலம் மட்டுமா ஒழிந்திருக்கிறது?

கல்வி உரிமை, காதலிக்க உரிமை, மணவிலக்கு உரிமை, மறுமண உரிமை என்று தமிழகத்தின் பிராமணசாதிப் பெண்கள் பெற்றிருக்கிற இந்த உரிமைகளில் பலவற்றைக் கேள்வியாவது பட்டிருப்பார்களா வடநாட்டு பிராமணப் பெண்கள்? இதற்கான விழிப்பை ஏற்படுத்தியதில் பிரதான பங்கு பெரியாரின் பங்கல்லவா?

பிராமணாள் ஹோட்டல் என்று போட்டுக்கொள்வதைப் பெருமையாகவும் தரத்தின் அடையாளமாகவும் இருந்ததை மாத்திரமல்ல, பிராமணர்கள் சாப்பிடும் இடம் என்று உணவகங்களில் தனி ஏற்பாடு இருந்த நிலையையும் மாற்றிப்போட்டிருக்கிறது பெரியாரின் அறிவார்ந்த களப்பணி.

புறநிலைச் சமூக வாழ்வில் தமிழகம் கண்ட புதுமையான மாற்றங்களைத் தன்வயப்படுத்தி, நவீன உலகின் சுதந்திரக் காற்றை அச்சமின்றிச் சுவாசித்துப் பயனடைந்தோரின் பட்டியலில் முதல் வரிசையில் நிச்சயமாகத் தமிழகத்தின் பிராமண சமூகமும் உண்டு.

சாதியின் பெயரால் காலகாலமாக வாய்ப்புகள் மறுக்கப்பட்ட மக்களுக்கு சமூகநீதி எனும் உயரிய கோட்பாட்டின் அடிப்படையில் இடஒதுக்கீட்டு ஏற்பாடுகள் என்பவை காலத்தின் நியாயமான தேவைதான் என்பதை உணர மறுப்பது ஒன்றுதான் பிராமண சமூகம் பெரியாரிடம் முரண்படும் ஒரேயொரு பிரதானப் புள்ளியாக இருக்க முடியும். அப்படித்தான் இருக்கிறது.

உண்மையில் பெரியார் அன்றைக்கு வைத்த கோரிக்கை வகுப்புவாரிப் பிரதிநிதித்துவம்தான். அதில் பிராமணருக்கும் மூன்று அல்லது நான்கு சதவீதம் இடஒதுக்கீடு கிடைப்பதாக இருந்தது. எல்லா நிலைகளிலும் உச்சத்திலிருந்தவர்களான பிராமணர்கள் அப்போது அதையும் கடுமையாக எதிர்த்து வரவொட்டாமல் செய்தார்கள் என்பதுதான் வரலாறு.

சோழ. நாகராஜன் / 101

தார்மீக அடிப்படையில் சட்டத்தின் வழி நிறுவப்பட்டுள்ள இன்றைய இடஒதுக்கீட்டு முறையை உளப்பூர்வமாக ஏற்று ஆதரிக்காமல் எதிர்நிலை எடுப்பது தமிழகத்து பிராமண சமூகத்தை மேலும் தனிமைப்படுத்தவே செய்யும்.

இதன் காரணமாகவும் அவர்கள் மதவெறி சக்திகளை ஆதரித்து நிற்பதும், இந்துத்வாவின் வெற்றியால் நாம் பலனடைந்துவிடலாம் என்று கருதுவதும் மடமை மட்டுமல்ல... மனித விரோதமானது என்பதையும் உணர வேண்டும்.

இடஒதுக்கீட்டு முறையின் நியாயங்களைப் புரிந்துகொள்வது அவசியம். சாதீயத்தால் நீண்ட நெடிய காலத்திற்குப் பராமரிக்கப் பட்டுவந்த ஒரு அநீதியான அசமத்துவத்துக்குப் பரிகாரமாகவே இப்போதைய இன்னொரு அசமத்துவம் அமலுக்கு வந்தது என்றுணர வேண்டும்.

ஒரு பள்ளத்தை நிரவிச் சமன்செய்ய ஒரு மேட்டினை மண்வெட்டிகொண்டு தகர்த்து எடுத்து அப்பள்ளத்தில் இட்டு நிரப்புகிற அறிவின் செயல்பாடாகவே அதனைக் காண வேண்டும்.

இதனைத் தமிழக பிராமண சமூகம் முழுமையும் உணரவில்லை எனச் சொல்லிவிட முடியாது. ஆனாலும், அது தங்களுக்கு எதிரானதாக இருப்பதாகக் கருதிக்கொண்டு ஒரு வரலாற்றுத் தேவையின் நியாயத்திற்கு எதிராக நிற்பது தங்களையும் வாழ வைத்துக்கெண்டிருக்கும் இந்தத் தமிழ்ச் சமூகத்திற்குத் துரோகம் நினைப்பதே ஆகும்.

இதன் காரணமாகவே பெரியாரின் அரும்பெரும் செயற்பாடு களை, திராவிட இயக்கம் இந்த மண்ணில் ஆற்றியிருக்கிற வரலாற்றுச் சிறப்புமிக்க, தவிர்க்கவியலாத பங்குபணிகளை வீண் வேலையாகவோ, தங்களுக்கு எதிரான சதியாகவோ எண்ணி பிராமணர்கள் அதற்கு எதிராக நிற்பது இப்போதும் நடக்கிறது.

மறுபக்கத்தில் பெரும்பான்மையான ஒடுக்கப்பட்ட, தாழ்த்தப்பட்ட மக்கள் பெரியாரின் தாக்கம் ஏற்படுத்திய உணர்வு மேலீட்டுடன் நிற்கிறார்கள். இறை நம்பிக்கை கொண்டவர்களாக ஆகப்பெரும்பான்மை மக்கள் இருந்தபோதிலும் பெரியாரிடத் திலும் பிரியமுள்ளவர்களாகவே அவர்கள் இருப்பது பலரையும் வியப்பிலாழ்த்துகிறது. ஆனாலும் தமிழகத்தின் யதார்த்த நிலை அதுவேதான்.

இப்படியான சூழலில்தான் மறுபுறத்தில் தனது விடாமுயற்சியைத் தொடர்ந்துகொண்டேயிருக்கின்றன மதவெறி சக்திகள்.

வர்ணாசிரமம் புத்துயிர் பெற்று இந்துத்துவா கோஷத்துடன் தனது தாக்குதலைத் தொடுத்துவருக்கின்ற இந்தத் தருணத்தில் பெரியாரின் சிந்தனைகளும், செயல்பாடுகளும் எல்லா மக்களுக்குமான - குறிப்பாகத் தமிழர்களுக்கான கேடயம் - போர்வாள் என்றுணர வேண்டும்.

அவரை இன்றைக்கும் பிராமண துவேஷி, இந்தும்மத விரோதி என்றெல்லாம் தூற்றி ஒதுக்க எண்ணுவது ஒருபோதும் பெரியாரை அவமதிப்பதாகாது. மாறாக, அவர் விட்டுச்சென்ற ஒப்புயர்வற்ற விழுமியங்களைப் புறக்கணிதலே ஆகும். அதனால் நட்டம் நமக்குத்தான் என்றுணர வேண்டும்.

காலத்திற்கு ஒவ்வாத பிராமணீயக் கருத்தியலுக்கு எதிராகப் பெரியார் தொடுத்த போரானது ஒடுக்கப்பட்ட மக்களின் நலனையே நோக்கமாகக் கொண்டதுதான். அதற்காகவேதான் அவர் தம் வாழ்நாளெல்லாம் பாடுபட்டார். ஆனால், மனிதர்களாக அவர் பிராமணர்களையும் மதித்திடத் தவறவில்லை. இனியேனும் அவரது கொள்கைவழிச் செயல்பாட்டின் அடிப்படை நுட்பத்தைத் தெரிந்து தெளிந்திடல் அவசியம்.

பிராமண துவேஷி என்று மீண்டும் மீண்டும் தம்மீது சுமத்தப்பட்ட குற்றச்சாட்டிற்குக் கடுமையாகவே இப்படியும் ஒருமுறை எதிர்வினை புரிந்திருக்கிறார் பெரியார்:

> **கொசுவலை உபயோகிப்பதால் நாம் கொசுக்களுக்குத் துவேஷிகளாகி விடுவோமா?**
>
> **மூட்டைப்பூச்சி கடிக்காமலிருப்பதற்கு நம் வீட்டை அடிக்கடி சுத்தஞ்செய்வதால் நாம் மூட்டைப்பூச்சிகளின் துரோகிகள் ஆகிவிடுவோமா?**

சமுதாயப் பணியில் தனக்கென ஒரு தெளிவான, தனித்துவமான வழிமுறையை அவர் கொண்டிருந்ததால்தான் எதிரிகளும் பெரியாரை விரல் நீட்டிக் குற்றம் கூற முடியாமல் போனது.

சமத்துவத்திற்காக விடாப்பிடியாக அவர் நடத்திய போரில் எதிரிகளின் முகாமிலிருந்தும் அவருக்கு ஆதரவான குரல்கள் ஒலித்தன என்பதையும் பார்த்தோம். அது பெரியார் வகுத்த புது நெறிக்குக் கிடைத்த வெற்றிதான்.

பல்வேறு இனங்களிடையே முரண்களும், யதார்த்தத்தில் நிலவும் உயர்வு-தாழ்வு பேதங்களையும் மீறிய இணக்கத்திற்கான முயற்சிகளும் ஒரே நிலப்பரப்பில் வாழும் நிர்ப்பந்தம் காரணமாக மக்களிடையே மாறிமாறித் தோன்றவே செய்யும், செய்தன.

இவற்றை எதிர்கொள்கிறபோதே, சமத்துவத்துக்கான போராட்டத்திற்கு மிகச்சரியாக உயர்சாதியினர் வெகுசிலர் காட்டிய இணக்கத்தையும் பயன்படுத்திக் கொள்வது புத்திசாலித் தனம் என்பதைப் பெரியார் உள்ளுணர்ந்திருந்தார் என்றே தோன்றுகிறது.

இத்தனைக்கும் எந்த நிலைமையிலும் தனது கொள்கையில் அவர் சமரசம் செய்துகொள்ளவேயில்லை என்பதையும் இணைத்தே பார்க்க வேண்டும். சமரசமற்ற முறையில் அவர் காட்டிய நெகிழ்வுத்தன்மை முற்றிலும் அறிவியல்பூர்வமானது என்பதற்கு இந்த அவர் செய்த தருக்கமே எடுத்துக்காட்டு. ஆரியர் களுக்கும் திராவிடர்களுக்குமிடையே இரத்தக் கலப்பு ஏற்பட்டதற்கான வரலாற்றுச் செய்திகளை வைத்துக்கொண்டு பெரியாரிடம் விவாதித்திருக்கிறார்கள் சிலர். அதுபற்றி பெரியார் இப்படிச் சொன்னார்:

இரத்தக் கலப்பு ஏற்பட்டுவிட்டதே. ஏன் இன்னும் ஆரியர் – திராவிடர் பிரச்சனை நாட்டில் நடமாட வேண்டும் என்று நம்மை நையாண்டி செய்யும் தோழர்கள் பார்ப்பனர்களுக்கு முதலில் புத்தி கூறி, அவர்களின் உயர் தன்மையைக் கைவிடவும், அவற்றிற்கு ஆதாரமான சாஸ்திர புராணக் குப்பைகளைக் கொளுத்திவிடவும், அதற்கேற்ற கடவுள்களைத் தாக்கவும் கேட்டுக் கொள்ளட்டும், பிறகு வரட்டும் நம்மிடம்.

கூர்ந்து கவனித்தால் இரத்தக் கலப்பு ஏற்பட்டுள்ளது என்று சொல்லப்படுவதை அவர் மறுக்கக்கூட இல்லை. ஆனால், அதிலும் காரியார்த்தமான திட்டங்களை முன்வைக்கிறார். அப்படியே இரத்தக் கலப்பு ஏற்பட்டுவிட்டது என்றே வைத்துக் கொண்டாலும் பிராமணர்களிடத்தில் சாதியில் உயர் தன்மை என்பது நீடிக்கிறதே என்பதே அவரது சரியான பார்வையாக, நியாயமான கவலையாக வெளிப்படுகிறது. முதலில் அதனைக் கைவிட அவர்களுக்கு அறிவுரை கூறிவிட்டு பிறகு எங்களிடம் வாருங்கள் என்கிறார் மிகவும் அறிவார்ந்த வகையில்.

இங்கே இன்னமும் உயர் சமூகத்தினராகத் தங்களைக் கருதிக் கொள்கிறவர்களும் இழிவானவர்களாகக் கருதப்படுகிறவர்களும் இருக்கிறார்களே. எல்லோரையும் ஒன்றுபடுத்தவதற்கான முன் நிபந்தனைகள் எவை?

இழிவுக்கும் தாழ்வுக்கும் கட்டுப்பட்டுள்ள மக்களையும், இதற்கு நேர்மாறாக – இவ்விழிவுக்கே காரணமான உயர்சாதி மக்களையும் ஒன்றாக்கிக்கொண்டால், அதில் இவ்விழிவு நீங்க வழி ஏற்படுமா? முதலில் இவ்விழிவு நீங்கட்டும். பிறகு எல்லோரும் ஒன்றாவோம்.

இவ்வாறாயின், அவர் சாதி ரீதியிலான பிரிவினையை விரும் பினவர் என்றாகாதா?

இதோ பெரியாரின் தீர்க்கமான குரலைக் கேளுங்கள். இதுவே அவரின் ஒற்றுமைக்கான அடிப்படை வழிகாட்டும் நெறிமுறை - செயல் திட்டம்:

அவர்களும் (பிராமணர்களும்) நாமும் ஒரு கூட்டத்தைச் சேர்ந்தவர்கள் என்பதால்தான் நாம் சூத்திரர்களாகிறோம். ஆகவே, நம் கூட்டத்திலிருந்து அவர்களை விலக்கிப் பேசத்தான் நம்மை திராவிடர்கள் என்று அழைத்துக்கொள்ள வேண்டியிருக்கிறது.

தன்னையும் திராவிடன் என்று கூறிக்கொண்டு ஒரு பார்ப்பான் முன்வருவானானால் உடனே நீ திராவிடனா? திராவிடனுக்கு ஏது பூணூல்? அதை முதலில் கத்தரித்துக் கொள் என்போம்.

அதற்குத் துணிவானானால், திராவிடரில் ஏது நாலு சாதி? நீ பிராமணனல்ல, இந்துவல்ல என்பதை ஒப்புக்கொள் என்று கூறுவோம். அதற்கும் அவன் உடன்பட்டு அவன் திராவிடனாக ஒப்புக்கொண்டால் பிறகு நமக்கு அவனைப் பற்றிக் கவலை ஏது?

சாதி வேறுபாடுகள், உயர்வு – தாழ்வுகள் ஒழிய வேண்டும் என்பதுதானே நமது ஆசை. சாதியைக் கைவிட்டு, சாதி ஆச்சாரத்தைக்கைவிட்டு அனைவரும் ஒன்றே என்ற கொள்கையை ஏற்க முன்வரும் பார்ப்பானை நாம் ஏன் ஒதுக்கப்போகிறோம்?

17

பார்ப்பானும் வேண்டாம் பறையனும் வேண்டாம்

தன் நிலைபற்றி தந்தை பெரியார் மிகத் தெளிவாக உரைக்கிறார்:

எனக்குச் சிறுவயது முதற்கொண்டு ஜாதியோ, மதமோ கிடையாது. அதாவது, நான் அனுஷ்டிப்பது கிடையாது. ஆனால், நிர்ப்பந்தமுள்ள இடத்தில் போலியாகக் காட்டிக் கொண்டிருந்திருப்பேன்.

அதுபோலவே, கடவுளைப் பற்றியும் மனத்தில் ஒரு நம்பிக்கையோ, பயமோ கொண்டிருந்ததும் இல்லை.

நான் செய்ய வேண்டுமென்று கருதிய காரியம் எதையும் கடவுள் கோபிப்பாரே என்றோ, தண்டிப்பாரே என்றோ கருதி (எந்தக் காரியத்தையும்) செய்யாமல் விட்டிருக்கமாட்டேன்.

கடவுள் மகிழ்ச்சியடைவாரென்று கருதியோ, சன்மானம் அளிப்பார் என்று கருதியோ (எனக்கு அவசியம் என்று தோன்றாத) எந்தக் காரியத்தையும் செய்திருக்கவும் மாட்டேன்!

தெள்ளிய நீரோடை போலிருந்தன அவரது சிந்தனையும் சொற்களும்.

அதில் கொள்கைக்குத்தான் முன்னுரிமை. எனினும், நடை முறையில் இயல்பான நெகிழ்ச்சி. அதில் வெளிப்பட்ட அவரின் முதிர்ந்த ஞானப் பேரொளி.

எதிலும் அழிவை விரும்பியவரல்லர் பெரியார். அவர் விரும்பியதெல்லாம் மாற்றம்தான். மாறாதது எதுவுமில்லை என்று அருதியிட்டு உரைக்கவில்லையா மாமேதை மார்க்ஸ்?

மாற்றம் ஒன்று மட்டும்தானே மாறாதது?

மாறுதலே மாறதது அன்றோ?

எடுத்துக்காட்டாக அவர் கூறுவதைக் கவனிப்போம்:

பெண்கள்தான் அப்படி (கற்புடன்) இருக்க வேண்டும், ஆண் பிள்ளையைப் பற்றி அவன் எப்படி வேண்டுமானாலும் நடக்கலாம் என்பது மோசடியான கருத்து இல்லையா? மோசடியான கருத்துக்கள் ஒன்றுமில்லை, அன்றைக்கு இருந்தது அப்படித்தான் என்றால் சரி, அதை இன்றைக்கு வெறுக்க வேண்டாமா? இன்றைக்கு அதுமாதிரி காரியத்திற்கு தண்டனை நாம் கொடுக்கவில்லையா?

அவரது வினா இதுதான் அன்றைக்கு அப்படி இருந்தது என்று சொன்னால் அந்த நடைமுறையை இன்றைக்கு வெறுத்து ஒதுக்குவதுதானே அறிவுடைமை?

மாற்றிக்கொள்வதுதானே காலத்தின் தேவை?

மாற்றத்திற்காக அவர் கையிலெடுத்த அறிவாயுதத்தைச் சிலபோதுகளில் சற்றே கடுமையாகவும் பிரயோகித்தவர்தான் பெரியார். அந்தக் கடுமைக்கான நியாயமான காரணத்தையும் இவ்வாறு நயம்படவே உரைத்துள்ளார் அவர்:

வைத்தியத்திலே இரண்டு முறை சொல்லுவார்கள்.

1.Physician'scure, 2.Surgeon'scure. அதாவது, மருந்து கொடுத்து வியாதியை சொஸ்தப்படுத்துவது ஒருமுறை, கத்தியைப் போட்டு அறுத்து ஆபரேஷன் செய்து நோயாளியைப் பிழைக்க வைப்பது இன்னொருமுறை. என்னைப் பொறுத்தவரையில் நான் நோயாளி கஷ்டம் இல்லாமல் மருந்து கொடுத்து சொஸ்தப்படுத்தலாம் என்று கருதுபவன் அல்ல, நோயாளிக்கு கஷ்டம் ஏற்பட்டாலும் பரவாயில்லை. அவன் சாகக்கூடாது என்று கருதுபவன். அறுத்து ஆபரேஷன் செய்யும் இரண்டாவது முறையில் நம்பிக்கையுள்ளவன். என் இலட்சியமெல்லாம் கஷ்டமாக இருந்தாலும் ஆள் பிழைக்க வேண்டும் என்பது. நம்முடைய

தோல் அப்படி லேசான தோல் அல்ல. 2000 – 3000 வருடங்களாக தடித்துப்போன கெட்டியான தோல். அதில் உறைக்க வேண்டும் என்றால் சிறிது கடினமாகத்தான் சொல்லியாக வேண்டும். அப்படியிருக்கிறது நம்முடைய நிலைமை!

தன்னை எதிர்ப்பவர்களைப் பார்த்துச் சொன்னார்:

என்னை உண்மையாய் எதிர்க்கத் துவங்குங்கள். அந்த உண்மை ஏன் எதிர்க்கிறோம் என்ற கேள்வியை மூளைக் குள் எழுப்பும். அந்தக் கேள்விக்கான தேடல் நீங்கள் மதத்தின் பெயராலும், கடவுளின் பெயராலும் இந்தியாவில் எப்படிப்பட்ட அடிமுட்டாளாய் வாழ்கிறீர்கள் எனும் விடையில் கொண்டுசேர்க்கும்.

எளிய மக்களை அடிமைப்படுத்தி, சாதிகளாகப் பிரித்து வைத்து, அதனால் உயர்வடைந்து எல்லா சுகங்களையும் ஏகபோகமாக அனுபவிப்பவர்களாக பிராமணர்களும் சத்திரியர்களும் இருந்தார்கள்.

இப்போது அந்த நிலையில் மாற்றங்கள் வந்திருந்தாலும் அந்த மேட்டிமை எண்ணம், கருத்தியல் பிராமண வகுப்பாரிடத்தில் பெரிய மாற்றங்காணவில்லை என்பதும் உண்மைதானே?

உலகிலேயே சமூகநீதிக்கான தேவை இந்தியாவைப்போல வேறு எங்கேனும் இருக்குமா, தெரியவில்லை.

இன்னும் எல்லா மத்திய அரசின் துறைகளிலும் உயர் பதவிகளில் - முடிவெடுக்கும் இடங்களில் முறையான பிரதிநிதித்துவம் வராமலிருக்கிறதே அதற்கு என்ன காரணம்? யார் காரணம்? சாதிரீதியிலான பிளவுகளும், உயர்சாதி மேலாதிக்கமும்தான் காரணம் என்ற குற்றச்சாட்டில் உண்மையில்லை என்று எவரேனும் சொல்ல முடியுமா?

எனவே, இது களையப்படத்தானே வேண்டும்? அதற்கான போராட்டம் நிகழத்தானே செய்யும்?

இப்படி மக்களைச் சாதிகளாகப் பிளவுபடுத்திவைக்கவே கடவுளும் மதமும் நம்நாட்டில் இன்னமும் பயன்படுகிறது என்பதை பெரியார் உறுதியாக நம்பினார்.

எனவேதான், இன்று சாதியைப் போற்றுகிற, வர்ணாசிரம (அ)தர்மத்திற்கு முட்டுக்கொடுக்கிற பிராமணர் உள்ளிட்ட எவருக்கும் எதிரானவர்தான் பெரியார் என்றே துணிந்து சொல்வோம்.

நவீன விஞ்ஞானச் சிந்தனைகள் மிக உச்சத்திற்கு உயர்ந்திருக்கும் இந்தக் காலத்திலும் வர்ணாசிரமத்தின் வெற்றிக் காகக் கூப்பாடு போடுகிறவர்களுக்கெல்லாம் அன்றைக்கே அந்தக் கருத்தியலைச் சம்மட்டியாலடித்த பெரியார் இன்றும் சிம்ம சொப்பனம்தான்! எதிரிதான்!

ஆனால், அவர் பிராமண துவேஷியுமல்லர், எந்த ஒரு தனிமனிதரையும் வெறுத்தவரும் அல்லர்.

அதே சமயம் சமூகநீதியை, சமத்துவத்தை, ஜனநாயகத்தை மதிக்கின்ற, முன்னேற்றத் திசையில் அறிவியல்பூர்வமான ஒரு புதிய பார்வையை கொண்டிருக்கின்ற ஒருவர், அவர் பிறப்பால் பிராமணரோ அல்லது வேறெவரோ அவர்கள் எவருக்கும் பெரியார் இணக்கமானவர், மிக நெருக்கமானவர் என்றே துணிந்து சொல்லலாம்.

அவர் மனிதர்களைச் சமானமாக்க எண்ணி, அதற்கான போராட்டத்தில் தனக்கென ஒரு தனிப் பாணியையும் ஏற்படுத்திக் கொண்டவர். அதன்வழியே களமும் கண்டவர்.

அவரது சிந்தனையின் அடிநாதமாக, உள்ளார்ந்த உணர்வாக இருந்தது மனிதநேயம் மட்டுமே.

அப்படியானதொரு நுட்பமான உயரிய கொள்கையும் நடைமுறை வாழ்க்கையும் அவருடையது!

5-10-1948 விடுதலையில் தான் எழுதிய கட்டுரையொன்றில் இப்படிக் குறிப்பிட்டார் பெரியார்:

> பார்ப்பானும் வேண்டாம், பறையனும் வேண்டாம்.
>
> பிராமணனும் வேண்டாம், சூத்திரனும் வேண்டாம்.
>
> பார்ப்பானும் இல்லை, பறையனும் இல்லை என்றால் பின் யார் இருப்பார்கள் இந்நாட்டில்?
>
> மனிதர்கள்தான்!
>
> சாதி மத பேதமற்ற மனிதர்கள்தான் இருப்பார்கள்!

சாதி ஒழிய வேண்டும், சாதீய ஏற்றத்தாழ்வற்று எல்லோரும் ஒன்றாகி மனிதர்களாக வேண்டும் எனும் போற்றுதலுக்குரிய, ஒப்புயர்வற்ற நோக்கத்தின் மறுபெயரே பெரியார்!

★ ★ ★

துணை நின்ற நூல்கள்:

1) **தமிழர் தலைவர்:**
   சாமி சிதம்பரனார்

2) **இந்து தத்துவ இயல்:**
   ராகுல சாங்கிருத்யாயன்

3) **பெரியார் வாழ்வும் பணியும்:**
   என்.ராமகிருஷ்ணன்

4) **உலகத் தலைவர் பெரியார் வாழ்க்கை வரலாறு:**
   கி.வீரமணி

5) **நான் சொன்னால் உனக்கு ஏன் கோபம் வரவேண்டும்**
   தொகுப்புகள்: 1 முதல் 5 முடிய.
   பசு. கவுதமன்

6) **பகவத் கீதை உண்மையுருவில்:**
   அ.ச. பக்தி வேதாந்தசுவாமி பிரபுபாதா

7) **சித்தர் பாடல்கள்:**
   பதிப்பாசிரியர் டாக்டர் ச.மெய்யப்பன்

8) **பெரியார் கணினி**
   தொகுதி 1
   மா.நன்னன்

பின்னிணைப்பு:

18

பெரியார், நான் மற்றும் தீபாவளி!

(சற்றே விரிவுகண்ட என் முகநூல் பதிவு)

அப்போது நான் துவக்கப்பள்ளி மாணவன். எங்கள் குடும்பம் கரூரிலிருந்தது.

வங்கிப் பணியிலிருந்த அப்பாவுக்கு ஒருநாள் கரூரிலிருந்து திருச்சிக்கு மாற்றல் உத்தரவு வந்தது. நாங்கள் திருச்சி உறையூரில் குடியேறியபோது எனக்கு அப்படியொரு பெரும்பேறு கிட்டும் என்று தெரியாது.

அப்போது தந்தை பெரியார் தனது அந்திமக் காலத்தில் இருந்தார்.

உறையூர் பஞ்சவர்ணசுவாமி கோயில் வீதியில் அடிக்கடி பெரியாரின் கூட்டம் நடக்கும். ஒருநாள் பெரியார் கூட்டம் நடப்பதைக் கேள்விப்பட்ட சனாதனக் குடும்பச் சூழலில் வளர்ந்த என் பாட்டி "அவர் கடவுளையே நிந்தனை செய்பவர்... அவரைப் பார்ப்பதே பாவம்..." என்று திட்டிக்கொண்டிருந்தாள்.

அதைக் கேட்டமாத்திரத்தில் எனக்கு பெரியார்மீது பெரிய ஆர்வம் தொற்றிக்கொண்டது. கடவுளைப் பழித்துவிட்டு ஒரு மனிதன் எப்படி உயிரோடு இருக்க இயலும் என்பதே என் உள்ளத்தைக் குடைந்த வினா.

எனவே பெரியாரைப் பார்த்தே தீருவது என்று கிளம்பிவிட்டேன் கூட்டம் நடக்கும் இடம் நோக்கி.

அப்போது நான் மேடை உயரம்கூட இருக்கமாட்டேன். மேடையில் நாற்காலி ஏதும் இருக்காது. விரிப்பு விரிக்கப்பட்டு அதிலொரு திண்டு இருக்கும். வயோதிகம் காரணமாக பெரியார் அதில் சாய்ந்துகொண்டு பேசுவார்.

இடையில் அவருக்கு பக்கத்து டீக்கடையிலிருந்து ஒரு கண்ணாடி டம்ளரில் தேநீர் வரும். அதை ஒரு உறி உறிவார்.

பின்னர் தன்னருகில் இருக்கும் அவரது வளர்ப்புப் பிராணியான நாய்க்குக் கொஞ்சம் ஊற்றிவிட்டு மீண்டும் தொடர்ந்து குடிப்பார்.

அவரது பேச்சைக் கேட்டு நான் சிலிர்ப்பேன். அந்த வயதில் கொஞ்சம் புரியும். கொஞ்சம் புரியாது. மூன்று பைசாவுக்கு, ஐந்து பைசாவுக்கு சின்னச்சின்ன புத்தகங்களை விற்பார்கள் இயக்கத் தோழர்கள். அவற்றை என் டவுசர் பையிலிருக்கும் காசுகளைத் தந்து வாங்குவேன்.

பெரியார் பேசி முடித்ததும் அவரைக் கைத்தாங்கலாக மேடையிலிருந்து இறக்குவார்கள். நான் அங்கே தொடர்ந்து பல கூட்டங்கள் கேட்டிருக்கிறேன்.

பெரியாரின் கூட்டத்துக்குப் போவது எனக்கு விருப்பமான வாடிக்கை ஆகிவிட்டது. எப்போதும் முன்வரிசையில் மேடையைப் பிடித்துத் தொங்குவதுபோல நின்றபடி முழு உரையையும் கேட்பேன்.

பெரிய கூட்டமெல்லாம் இருக்காது. அதைப்பற்றியெல்லாம் பெரியார் கவலைப் பட்டதாகவும் தெரியாது. ஆனாலும் அவர் அங்கே அடிக்கடி வருவார்.

ஒருமுறை அவர் பேசி முடித்துவிட்டுக் கீழே இறங்கும்போது நான் விறுவிறுவென்று ஓடிப்போய் அவரது கரங்களை பிடித்துக்கொண்டேன். என்னைத் தோழர்கள் யாரும் விரட்ட வில்லை. மாறாக அவர்கள் என்னைப் பார்த்துப் புன்னைகை செய்தனர். அதுவே எனக்குப் பெருமையாக இருந்தது.

‘கடவுளைத் திட்டுகிற இவர் கடவுளின் எதிரியா?’

இல்லை இல்லை...

கடவுளையே கேள்விகேட்கும் இவர்தான் கடவுளைவிடப் பெரிய ஆள். எனவே இவர்தான் எனது மனம்கவர்ந்த ‘ஹீரோ’. என் உள்ளத்தில் இப்படி என்னென்னவோ எண்ணங்கள். கடவுள் அப்போதே எனக்குப் பரிதாபத்துக்குரியவராகப் பட்டார்.

பெரியாரின் சுருக்கங்களும், தொங்கியதோலுமான விரல்கள் எனக்கு அப்போது பெருமதிப்பு மிக்கவையாகத் தோன்றின. அவரது கைகளில் நடுக்கம் தெரிந்தது. அப்போது என்னுடைய சொந்தத்தாத்தாவின்கைகளைப்பற்றிக்கொண்டிருப்பதாகத்தான் நான் உணர்ந்தேன்.

பெரியார் என் கையையும் பிடித்துக்கொண்டார். என்னைப் பார்த்துச் சிரித்தார். எனக்கு நிலைகொள்ளவில்லை. அதற்குள் அவரது வாகனம் அருகில் வந்துவிட்டது. என் முதுகில் தட்டிக்கொடுத்தவர் வாகனமேறிப் போய்விட்டார்.

அவ்வளவுதான்... நான் பிரமை பிடித்தவனாகி நின்றேன்.

நேராக வீடுவந்ததும் நான் காசுகொடுத்து வாங்கிய அந்தச் சின்னஞ்சிறு புத்தகங்களை மறக்காமல் வாசிக்கத் தொடங்கினேன். அவற்றில் ஒன்றுதான் பக்தருக்கு நூறு கேள்விகள். அதில் இப்படி எழுதியிருந்தார்கள்:

தீயினை மிதிக்கும் பக்தன் கொதிக்கும் என்னைச் சட்டியில் கைவிடுவானா? தீயினை மிதிக்கும் பக்தன் பழுக்கக் காய்ச்சிய இரும்புக் கம்பியைக் கையில் பிடிப்பானா?

எனக்குச் சுரீரென்றிருந்தது.

காரணம், நானும் ஊர்த்திருவிழாக்களில் நிறைய தீமிதி காட்சிகளையெல்லாம் பார்த்தவன்தான். போதாக்குறைக்கு, புகழ்பெற்ற திருச்சி நத்தர்ஷா பள்ளிவாசலிலும் சந்தனக்கூடு விழாவில் இந்தத் தீமிதி நடக்கும். அந்த விழாவிலும் என் இஸ்லாமிய நண்பர்களுடன் பலமுறை பங்கேற்றிருக்கிறேன். இதுவெல்லாம் இறைவன் அருளால்தான் என்று எண்ணியிருந்த எனக்கு இந்தச் சிறுநூல்கள் பெருவெளிச்சத்தைத் தந்தன அப்போது.

நேராக எங்கள் பாட்டியை நோக்கி ஓடினேன்.

அவள்தானே பெரியாரைப் பார்ப்பதே பாவம் என்றவள்?

பாட்டீ... இங்கே பார். இந்தக் கேள்விகளுக்கெல்லாம் நீ பதில் சொல்லு பார்ப்போம்...

என்னடா கேள்வி? அது என்ன பொஸ்தகம் டா? இது எங்கள் பாட்டி.

நான் அந்தச் சிறு நூலை வாசிப்பேன். வாசித்து முடித்து, **சொல்லு பாட்டி... கொதிக்கும் என்னைச் சட்டியில் கைவிடுவானா?** – என்று அவள் காதருகில் போய்க் கத்துவேன்.

பாட்டி நெளிவாள். நான் ரசிப்பேன். என்னுள் ஏதோவொரு வெற்றிக்களிப்பு தோன்றும். மனமெங்கும் பெரியார் நிறைந்திருப்பார். நான் தொட்டுப்பார்த்த அவரது விரல்களின் ஸ்பரிசம்... அவர் உள்ளங்கையின் கதகதப்பான உஷ்ணம்...

அப்போதும் என் கைகளில் நிலைத்து நீடிப்பதை உணர்ந்து சிலிர்த்து நிற்பேன்.

சின்ன வயது முதல் ஐதீகம் சார்ந்த மரபார்ந்த போதனைகளாக நான் கற்றிருந்த கடவுள் குறித்த கோட்பாடுகளெல்லாம் விரிசல் காண்பதை உணரத்தொடங்கினேன். ஏற்கனவே என் தந்தையாரும் வங்கித் தொழிற்சங்கத்தோடு நெருக்கமாக இருந்ததால் அவருக்கு இடதுசாரி கருத்தியல் சார்ந்து பகுத்தறிவுச் சிந்தனை இருந்தது. அதனால் எங்கள் வீட்டில் சுதந்திரச் சூழலும் இருந்தது.

இந்த நிலையில் பெரியாரை நேரில் பார்த்த, அவரைத் தொட்டுணர்ந்த, அவரது பேச்சால் ஈர்ப்புப் பெற்ற என்னுள் மிகப்பெரிய புயலே கிளம்பியெழுந்து என்னைக் கிளர்த்தியது.

ஒருநாள் திடீரென பெரியாரின் மறைவுச் செய்தி. அதைக் கேட்டு என்னளவுக்கு அப்போது எத்தனை சிறுவர்கள் தாங்கொணாத துயரத்தில் தவித்திருப்பார்கள் என்று தெரியாது. ஆனால், நான் அத்துணை புழுவாய்த் துடித்துப்போனேன். மரணமடைந்த என் சொந்தத் தாத்தாவுக்குக்கூட நான் அவ்வளவு வருந்தியது இல்லை.

என்னுள் அந்தச் சின்னவயதிலும் ஞானம் விதைத்தது தந்தை பெரியார் அல்லவா?

வங்கி அதிகாரிகளுக்கே வாய்த்த நிலையாமை மீண்டும் தலைதூக்கி, அப்பாவை திருச்சியிலிருந்து தஞ்சை மாவட்டம் அதிராமபட்டினத்துக்கு மாற்றிப்போட்டது. மீண்டும் மூட்டை முடிச்சுகளுடன் ஊரைக் காலிசெய்து கிளம்பியது நவீன நாடோடிகளாக என் நடுத்தரக் குடும்பம்.

எனக்கோ பெரியாரைத் தரிசித்த திருச்சியை விட்டு அகல மனமே இல்லை. அழுது, அடம்பிடித்து தெப்பக்குளம் பிஷப் ஹீபர் பள்ளியின் வால்ஷ் விடுதியில் சேர்ந்துகொண்டேன். முதல்முறையாக என் குடும்பம் நானில்லாமல் இடம்பெயர்ந்து அசலூர் போனது.

பள்ளியிலும், விடுதியிலும் பெரியாரை மனதில் தாங்கிய படியால் எனது செயல்பாடுகள் பிற மாணவர்களிலிருந்து கொஞ்சம் வேறுபட்டதாய் இருந்தது. அதிராமபட்டினத்தில் ஒன்றிரண்டு ஆண்டுகள் பணியாற்றிய அப்பாவை நீலகிரிக்கு மாற்றினார்கள்.

நீலகிரி மாவட்டத்தின் எல்லநள்ளி கனரா வங்கிக் கிளைக்கு மேலாளராகப் போனார் அப்பா. நான் விடுமுறைக்குத்தான் அங்கே முதன்முதலாகப் போக எண்ணியிருந்தேன். அப்போது தீபாவளிப் பண்டிகை நெருங்கிக்கொண்டிருந்த நேரம்...

அப்பாவுக்கு நீலகிரி மாவட்டம் எல்லநள்ளி மாற்றலானதும் என் குடும்பம் குன்னூரில் குடியேறியது. அவர்கள் குடிபோய் சில மாதங்களுக்குப் பிறகே நான் அங்கு செல்ல முடிந்தது.

நான் என்.சி.சி. எனும் தேசிய மாணவர் படையில் இருந்தேன். மன்னார்குடிக்கு 'கேம்ப்' போகவும் நேர்ந்தது. அப்போது தமிழகமெங்கும் கடும் வறட்சி தாண்டவமாடியது. நாடே வறட்சியின் பிடியிலிருந்தது. வசதி ஏதுமற்ற ஏழை விவசாயக்கூலிகள், கால்நடைகள் மரணத்தின் பிடியிலிருந்த கொடுமையான வறட்சி அது.

பள்ளி விடுதியில் நன்றாகச் சாப்பிட்டு, விளையாடிக் களித்திருந்த எங்களின் உள்ளம் வறட்சியை நினைத்து வருத்தம் கொண்டது. நான் எங்கள் விடுதிக் காப்பாளரிடம் சென்றேன்.

அவரிடம் சொன்னேன்:

வறட்சி நிவாரணப் பணி ஏதேனும் செய்யவேண்டும் சார்...

என்ன செய்யலாம் நீயே சொல்லு? –என்றார் விடுதிக் காப்பாளர்.

சட்டென எனக்கொரு யோசனை தோன்றியது. மக்களிடம் நிதி வசூலிப்பதற்கு அது ஒரு சுலபமான வழியாக எனக்குப்பட்டது.

நான் சொன்னேன்:

இரண்டு குழுக்களாக தினமும் மாலைவேளையில் சென்று நாங்கள் பூட் பாலீஷ் போடுகிறோம் சார்...

என்னது ஷூ பாலீஷா? – அவர்.

ஆமாம் சார். கூடவே ஒரு உண்டியலையும் வைத்துவிட்டால் மக்கள் தாராளமாகக் காசு போடுவார்கள்... –என்றேன் நான்.

சற்றுநேர யோசனைக்குப்பின் என்னை அங்கீகரித்தார் விடுதிக்காப்பாளர். கறுப்பு, பிரௌன் பாலீஷ் டப்பாக்கள், பிரஷ்கள், பாலீஷ் போட்டுக்கொள்பவர் கால் வைக்க மரப்பெட்டி, செருப்பை, பூட்ஸைத் துடைக்க நல்ல துணி என எல்லாம் தயார் செய்துகொண்டோம்.

என் தலைமையில் ஒரு குழு திருச்சி மெயின் கார்டு கேட்டில் தெப்பக்குளம் எதிரிலும், இன்னொரு குழு திருச்சி சிங்காரத்தோப்பிலும் தினசரி பள்ளி விட்டதும் சீருடையுடனேயே செருப்புப் பாலீஷ் போடக் கிளம்புவோம்.

இரவு 7.30 மணி அளவில் விடுதி திரும்புவோம். ஒவ்வொரு குழுவிலும் மூன்று பேர். நடந்து போவோர் வருவோரையெல்லாம் செருப்புக்குப் பாலீஷ் போட்டுக் கொள்ளச் சொல்லி அழைப்போம்.

சிலர் பாலீஷ் போட்டுக்கொண்டு உண்டியலில் காசு போடும்போது எவ்வளவுப்பா என்பார்கள். நீங்கள் எவ்வளவு போட்டாலும் சரி என்போம் நாங்கள்.

பாலீஷ் வேண்டாம்ப்பா... நீங்க படிக்கிற பசங்க. பாவம். நான் காசு போடுகிறேன் என்பார்கள் சிலர்.

நானோ, பாலீஷ் போட்டுக்கொண்டால்தான் காசு வாங்கிக்கொள்வோம் என மறுப்பேன்.

காலைத் தூக்கி மரப்பெட்டியில் வைத்ததும் ஒவ்வொரு வருக்கும் அவரவர் செருப்புகளைத் துடைத்துவிட்டு, பிரஷ் கொண்டு சிக்குசிக்கு எனப் பாலீஷ் போடுவேன் நான்.

நண்பர்கள் பலரும் கேலியாக, கேவலமாகப் பேசினார்கள். யார்யார் காலையோ, கண்டவர்களின் செருப்பையோ கையால் தொடுகிறீர்களே என்றார்கள். நான் அதைப் பெருமையாக உணர்ந்தேன்! பொது நோக்கத்துக்காகத் தொண்டு செய்வதில் தான் எவ்வளவு இன்பமிருக்கிறது!

எங்களுக்குப் பின்னே வறட்சி நிவாரண நிதிக்காக எனும் தட்டி இருக்கும்.

இளம் மாணவர்கள் நம் காலைத் தொட்டு, செருப்புக்கு பாலீஷ் போடுகிறார்களே என்று பெரும்பாலோர் கூசுவார்கள். குற்றவுணர்வு கொண்டவர்கள்போல தயக்கத்தில் நெளிவார்கள். இப்படியே பத்து, பதினைந்து நாட்கள் ஓடிவிட்டன.

பாலீஷ் போட்டதில் ஓரளவுக்கு நிதி சேர்ந்திருந்தது. முதலமைச்சர் நிவாரண நிதிக்கு நாங்கள் இன்னும் கூடுதல் நிதி அனுப்ப விரும்பினோம்.

மீண்டும் எனக்கு ஒரு புது யோசனைத் தோன்றியது. அதன்படி, ஒவ்வொரு நாளும் இரவு உணவைத் தவிர்ப்பது. நூற்றுக்கணக்கான மாணவர்கள் தங்களது இரவு உணவை ஒருவார காலம் தியாகம் செய்து அந்தப் பணத்தையும் பாலீஷ்ப்

போட்டுச் சேர்த்த பணத்தோடு சேர்த்து வறட்சி நிவாரண நிதியாக அனுப்பலாம் என்று முடிவு செய்தோம்.

அதன்படி எல்லாம் வெற்றிகரமாக நடந்தது. ஒவ்வொரு நாளும் விடுதி மாணவர்கள் எல்லோரும் இரவு பட்டினி கிடந்தோம். முதலமைச்சர் நிவாரண நிதிக்குப் பணத்தை அனுப்பிவைத்தோம். அப்போது முதல்வராக எம்.ஜி.ஆர். இருந்தார்.

மனமெங்கும் ஒருவித அமைதியையும், நிம்மதியையும், நல்லதொரு சமுதாயப் பணியைச் செய்ததால் உண்டான பெருமையையும் வாழ்வில் முதல்முறையாக உணர்ந்தேன். இதை முடித்துவிட்டு என்.சி.சி. முகாமுக்குக் கிளம்பினேன்.

இந்த வேலைகள் முடிய, தீபாவளி வந்து சேர்ந்தது. நான் முதல்முறையாக எங்கள் குடும்பம் குடியேறியிருந்த நீலகிரியின் குன்னூர் நோக்கிப் பயணப்பட்டேன். ஊட்டியின் குளிரை நோக்கிய பயணமென்றாலும், நாட்டின் வறட்சி உள்ளமெங்கும் வெப்பத்தை நிரப்பியிருந்தது.

குன்னூர் வீட்டில் போய்ச் சேர்ந்ததும், தீபாவளிக்குப் புத்தாடைகள் வாங்க அப்பா கடைக்கு அழைத்தார். நான் அப்பாவிடம்,

இந்த முறை எனக்குப் புத்தாடைகள் எதுவும் வேண்டாம் அப்பா. எந்த இனிப்புப் பண்டத்தையும் தொடப்போவதில்லை நான். –என்றேன்.

ஏன் மகனே, என்னாச்சு? – கேட்டார் அப்பா.

நாடே வறட்சியில் வாடுகிறபோது நாம் மட்டும் எப்படி மகிழ்ச்சியாகப் பண்டிகையைக் கொண்டாட முடியும்?

அப்பாவுக்கு என் சொற்களில் இருந்த நிஜமும், வலியும் புரிந்தது. விபரம் அவ்வளவாகப் புரியாத வயதில் நான் மேற்கொண்ட அந்த விரதத்துக்கு என் வீட்டில் ஆதரவு கிடைத்தது.

நான் வீட்டில் அம்மாவுக்கு உதவுவதும், புத்தகங்கள் வாசிப்பதும், புதிய ஊரைச் சுற்றிப் பார்ப்பதுவுமாக தீபாவளி விடுமுறையைக் கழித்தேன். அந்த வருடம் தொடக்கம் நான் தீபாவளியைக் கொண்டாடுவதையே விட்டுவிட்டேன்.

அதன் புராண உள்ளடக்கத்திலிருந்த கற்பனையை அப்போது என்னால் ஏற்கவே இயலாமல் தீபாவளியைக்

கைகழுவினேன். ஒவ்வொரு வருடமும் அப்பா புத்தாடைக்காகத் தரும் பணத்தில்தான் புத்தகங்களை வாங்கிக் குவித்தேன்.

அப்படியே தவிர்க்க இயலாது எவராவது புத்தாடை வாங்கிக் கொடுத்தபோது, நான் செங்கொடி இயக்கத்துக்கு வந்தபின் தொடர்ந்துவரும் நவம்பர் (ரஷ்யப்) புரட்சி நாளில் புத்தாடை அணியும் வழக்கமாக அது மாறியது.

இடையில் என் மகனுக்காகச் சிலகாலமும், மகளுக்காகச் சில ஆண்டுகளும் என் வீட்டில் பட்டாசுச் சத்தம் கேட்டதுண்டு. ஆனாலும், அதிவிரைவிலேயே என் குழந்தைகள் எனது உள்ளம் அறிந்தவர்களாக, சுற்றுச்சூழல் விழிப்புப் பெற்றவர்களாக ஆனபோது இடைப்பட்ட சிலகாலப் பட்டாசுப் பழக்கமும் என் வீட்டில் ஒழிந்தே போனது.

உறவுகள், நண்பர்கள் வீட்டுப் பலகாரங்களை ருசிப்பதும், வாழ்த்துச் சொல்லும் நட்பூக்களுக்கு மறுமுகம் சொல்வதும் என்கிற அளவிலேயே எங்கள் இல்லத்தில் தீபாவளி நாள் ஒவ்வொரு ஆண்டும் கழியும்.

பல வகைகளிலும் மிக இளம்பிராயத்திலேயே பெரியார் ஏற்றிவிட்டுச்சென்ற அறிவுச்சுடர் மட்டும் அணையாமல் கனன்று கொண்டுதான் இருக்கிறது அன்றும், இன்றும், என்றும் உள்ளமெங்கும். அந்த தீபஒளி போதுமே!

பின்னாளில் கற்ற மார்க்சீய மெய்ஞ்ஞானம் சிந்தனையை மேலும் வளர்த்து விரிவுபடுத்தியது. விசாலமாக்கியது. துவக்கப் புள்ளியாய் நெஞ்சில் குடிகொண்ட பெரியாரியம் அசைக்க இயலாத அடிக்கல்லாகியது, அடியுரமாகியது.

பெரியாரை மிகச்சரியாகப் புரிந்துகொண்டு, உள்வாங்கு வோருக்கே கிட்டும் அறிவின்பாற்பட்ட ஆக்கப்பூர்வமான வாழ்நாள் மகிழ்ச்சிக்கு – மன நிறைவுக்கு குறைவுமில்லை! ஈடுமில்லை!

எந்தப் பண்டிகையும் ஈடாகுமோ அதற்கு?

தோழமை நன்றியுடன்,

உங்கள்,

சோழ. நாகராஜன்